कशी मिळेल
इच्छांपासून मुक्ती

बेस्टसेलर पुस्तक 'विचार नियम'चे रचनाकार सरश्री यांची अन्य श्रेष्ठ पुस्तकं

आध्यात्मिक विकास साधण्यासाठी या पुस्तकांचा लाभ घ्यावा

- जीवनाची दोन टोकं – ध्यान आणि धन
- रामायण वनवास रहस्य
- संत ज्ञानेश्वर – समाधी रहस्य आणि जीवन चरित्र
- अंतर्मनाच्या शक्तीपलीकडील आत्मबळ
- ध्यान नियम – आध्यात्मिक उन्नतीचा दिव्यमार्ग
- मृत्यू उपरांत जीवन – मृत्यू मोका की धोका
- क्षमेची जादू – क्षमेचं सामर्थ्य जाणा, सर्व दुःखांपासून मुक्त व्हा

स्वविकासासाठी या पुस्तकांचा लाभ घ्यावा

- विचार नियम – आपल्या यशाचे रहस्य
- विकास नियम – आत्मसंतुष्टीचं रहस्य
- परिवारासाठी विचार नियम – हॅपी फॅमिलीचे सात सूत्र
- आळसावर मात – उत्साही जीवनाची सुरुवात
- स्वसंवाद एक जादू – आपला रिमोट कंट्रोल कसा प्राप्त करावा
- आत्मविश्वास आणि आत्मबळ – यशाचं शिखर गाठणारे पंख
- साहसी जीवन कसं जगाल – अशक्य कार्य शक्य कसं कराल
- समग्र लोकव्यवहार – मैत्री आणि नातं निभावण्याची कला
- अपयशावर मात – क्षमताप्राप्तीचं रहस्य
- कसा कराल स्वतःचा विकास आणि प्रशिक्षण – आत्मविकासाची सात पावलं

युवकांनी या पुस्तकांचा लाभ घ्यावा

- आजच्या युवा पिढीसाठी – विचार नियम फॉर युथ
- नींव नाइन्टी फॉर टीन्स् – बेस्ट कसे बनाल
- श्रीरामांकडून काय शिकाल – नवरामायण फॉर टीन्स्

या पुस्तकाद्वारे प्रत्येक समस्येचं समाधान प्राप्त करा

- स्वाथ्य प्राप्तीसाठी विचार नियम – मनःशक्तीद्वारे निरामय आरोग्य मिळवा
- स्वीकाराची जादू – त्वरित आनंद कसा प्राप्त करावा
- भय, चिंता आणि क्रोध यांपासून – मुक्ती

या आध्यात्मिक कादंबऱ्यांद्वारे जीवनाचं गूढ रहस्य जाणा

- योग्य कर्मांद्वारे यशप्राप्ती – सन ऑफ बुद्धा
- शोध स्वतःचा – In Search of Peace
- पृथ्वी लक्ष्य – मृत्यूचं महासत्य
- दुःखात खुश राहण्याची कला – संवाद गीता

बेस्टसेलर पुस्तक 'विचार नियम'चे रचनाकार
सरश्री

कशी मिळेल
इच्छांपासून मुक्ती
अंतर्मनाचे प्रोग्रामिंग

ज्या सवयीची भविष्यात गरज नाही, ती अंगिकारू नका.

कशी मिळेल इच्छांपासून मुक्ती – अंतर्मनाचे प्रोग्रामिंग

© Tejgyan Global Foundation

All Rights Reserved 2014.
Tejgyan Global Foundation is a charitable organization having its headquarters in Pune, India.

सर्वाधिकार सुरक्षित
'वॉव पब्लिशिंग्ज प्रा. लि.'द्वारे प्रकाशित हे पुस्तक अशा अटीवर विकण्यात येत आहे, की प्रकाशकाच्या लेखी पूर्वअनुमतीविना ते व्यापाराच्या दृष्टीने अथवा अन्य प्रकारे उसने, भाड्याने अथवा विकत अन्य कोणत्याही प्रकारच्या बांधणीत अथवा अन्य मुखपृष्ठासह देता येणार नाही. तसेच अशाच प्रकारच्या अटी नंतरच्या ग्राहकावर बंधनकारक न करता आणि वर उल्लेखिलेल्या कॉपीराइटपुरत्या मर्यादित न ठेवता या पुस्तकाच्या कोणत्याही स्वरूपाच्या विनिमयास, तसेच कॉपीराइटधारक व वर उल्लेखिलेले प्रकाशक दोघांच्याही लेखी पूर्वअनुमतीविना इलेक्ट्रॉनिक, मेकॅनिकल, फोटोकॉपी, रेकॉर्डिंग इत्यादी प्रकारे या पुस्तकाचा कोणताही अंश पुनःप्रस्तुत करण्यास, जवळ बाळगण्यास अथवा सुधारित स्वरूपात प्रस्तुत करण्यास मनाई आहे.

प्रकाशक : वॉव पब्लिशिंग्ज् प्रा. लि., पुणे

ISBN : 9788184153828

प्रथम आवृत्ती : ऑक्टोबर २०१७

(सदर पुस्तकाची तेजज्ञान ग्लोबल फाउंडेशनद्वारे प्रथम आवृत्ती प्रकाशित झाली आहे.)

'कैसे मिले इच्छाओं से मुक्ति' या मूळ हिंदी पुस्तकाचा मराठी अनुवाद

Kashi Milel Ichhanpasun Mukti - Antarmanache Programming
by **Sirshree** Tejparkhi

समर्पित

हे पुस्तक समर्पित आहे त्या साधकांना...
जे निम्न इच्छांतून मुक्त होऊन
शुभ इच्छेला प्रबळ करण्याचं कर्म
अंतःकरणापासून करत आहेत...

अनुक्रमणिका

प्रस्तावना		तीव्र इच्छाशक्ती आणि निरंतरता	९
खंड	**१**	**इच्छा मुक्ती**	**१३**
भाग	१	इच्छामुक्तीतील 'जर'चा अडथळा	१५
भाग	२	सवयी – इच्छांचा आरसा	२३
भाग	३	शुभइच्छा 'तेजइच्छा' बनावी...	२६
भाग	४	हृदयातून आलेला आनंद	२९
भाग	५	अंतर्मन : एक अबोल सेवक	३२
भाग	६	अनावश्यक सवयींपासून मुक्तता	३६
भाग	७	सवयी मोडण्याची उपयुक्त सवय	३९
भाग	८	अंतर्मन व बाह्यमनातील समन्वय	४२
भाग	९	आखिर किस ख्वाहिश पर दम निकले	४५
भाग	१०	इच्छामुक्ती ध्यान	४८
खंड	**२**	**तेजइच्छा - चेतना आणि निवड**	**५१**
भाग	११	डी.पी.एस. मनन मार्ग	५३
भाग	१२	दु:खद मान्यकथांतून मुक्ती	५६

७

भाग	१३	अतेज इच्छांना तडीपार करा	५९
भाग	१४	मी जो आहे, तोच बनून अधिकाधिक जगेन	६३
भाग	१५	संतुष्टीची गोष्ट	६७
भाग	१६	तुझी इच्छा तीच माझी इच्छा	७०
भाग	१७	निवड, चेतना, अभिलाषा	७४
भाग	१८	तेजइच्छा... सर्व इच्छांच्या पलिकडे	७८
भाग	१९	वास्तविक इच्छा ध्यान	८१
खंड	३	**अंतिम निष्कर्ष**	८७
भाग	२०	इच्छापूर्ती वृक्ष	८९
भाग	२१	प्रश्नोत्तरे	९१
भाग	२२	भजन ध्यान – इच्छा दी है तो मुक्ती भी...	९७

प्रस्तावना

तीव्र इच्छाशक्ती आणि निरंतरता

चित्रकाराची इच्छा!

तुम्ही चित्रकार आहात का? असाल, तर तुम्हाला काही शिकावं लागेल. जर तुम्ही संगीतकार असाल, तरी तुम्हाला काही शिकायचं आहे. तुमच्याकडे कार असो वा नसो, तरीदेखील शिकायचंच आहे आणि तुम्ही निराकार असाल, तरीही तुम्हाला काही शिकावं लागेल. मग आता प्रश्न असा निर्माण होतो, "तुम्हाला काय शिकायचं आहे?"

समजा, तुम्ही एखादं चित्रांचं प्रदर्शन बघण्यासाठी गेला आहात आणि तिथे चित्रं मांडलेली आहेत, प्रेक्षक आहेत आणि चित्रकारसुद्धा उपस्थित आहे; अशावेळी आपल्याच चित्रांमध्ये चित्रकाराला जे दिसतं, ते प्रेक्षक पाहू शकत नाहीत. म्हणजेच त्याने चित्रांत कोणते रंग वापरले किंवा त्याने केलेल्या रंगछटांमागे काय उद्देश होता, हे केवळ तोच जाणतो. चित्रकाराची चित्रकारिता पाहण्यासाठी असावी लागते केवळ चित्रकाराची इच्छा आणि नजर. इच्छेतील प्रामाणिकपणा पाहणारी नजर हवी.

कशी मिळेल इच्छांपासून मुक्ती

ही नजर जेव्हा मिळेल, तेव्हा बंधनात अडकवणाऱ्या इच्छांपासून आपली सुटका होईल व इच्छेच्या सवयींपासून मुक्ती मिळेल.

प्राचीन यूनानमध्ये सुकरात नावाचे एक महान तत्त्ववेत्ते होऊन गेले. त्यांच्या विद्वत्तेबद्दल लोकांना आदर होता.

एके दिवशी एक युवक त्यांच्याकडे येऊन म्हणाला, ''सुकरातजी, मी तुमच्याकडे मोठ्या आशेने आलो आहे. कृपया मला ज्ञानप्राप्तीचा मार्ग सांगा. आपण खूप ज्ञानी आहात आणि मला ज्ञानप्राप्तीची तीव्र इच्छा आहे. तेव्हा मला मार्गदर्शन करा.''

युवकाचं बोलणं ऐकून सुकरातने विचारलं, ''खरंच तुझ्या मनात ज्ञान प्राप्त करण्याची इच्छा आहे का?'' त्यावर त्याने होकारार्थी मान हलविली.

सुकरात त्यावेळी समुद्राच्या किनाऱ्यावर उभे होते. त्यांनी त्याला आपल्याबरोबर समुद्रात येण्यास सांगितले. क्षणभर त्या युवकाला काही समजेना, परंतु त्याला वाटले, कदाचित सुकरात आपल्याला ज्ञानप्राप्तीचे गुप्त रहस्य खोल पाण्यात जाऊन सांगणार असतील; पण पाणी कमरेपर्यंत आल्यावर सुकरातने अचानक युवकाचे केस पकडून त्याचे डोके पाण्यात बुडविले. युवक गडबडला आणि श्वास घेण्यासाठी धडपडू लागला. जवळजवळ वीस सेकंदांनी सुकरातने त्याचे डोके पाण्याबाहेर काढले आणि विचारले, ''सांग, तुला काय हवंय?''

युवक धापा टाकत जोराने श्वास घेत उत्तरला, ''ज्ञान.'' सुकरातने पुन्हा त्याचे डोके थोडा अधिक वेळ पाण्यात बुडवून ठेवले. श्वास कोंडल्यामुळे तो पाण्यातून बाहेर येण्यासाठी धडपडू लागला.

यावेळी सुकरातने युवकाचे डोके पाण्यातून बाहेर काढताच तो युवक संतापून म्हणाला, ''मूर्ख माणसा, तुला माझा जीव घ्यायचाय की काय? मी तुझ्याकडे ज्ञान मिळवण्यासाठी आलो होतो आणि तू तर मला पाण्यात बुडवून मारतोयस?''

युवकाच्या बडबडीकडे दुर्लक्ष करीत सुकरातने विचारलं, ''मी तुझं डोकं पाण्यातून बाहेर काढलं, त्या क्षणी तुझ्या मनात कोणत्या गोष्टीची तीव्र इच्छा जागृत झाली होती? ''हवेची,'' युवकाने उत्तर दिले. यावर सुकरात हसत म्हणाले, ''तू पाण्यातून बाहेर येताना हवेसाठी जसा तडफडत होतास, त्याच तीव्रतेने, जेव्हा ज्ञानासाठी तडफडशील,

तेव्हा तुला ज्ञान आणि ज्ञानप्राप्तीचा मार्ग नक्कीच मिळेल.''

तात्पर्य :- तीव्र इच्छा हा सफलतेचा पाया आहे. तीव्र इच्छेशिवाय सर्वोच्च ज्ञान प्राप्त करणं केवळ अशक्य. ज्याप्रमाणे छोट्याशा आगीपासून कमी आच मिळते, त्याचप्रमाणे कमजोर इच्छेचे परिणामही तसेच मिळतात. जोपर्यंत इच्छा दुर्बल असतात, तोपर्यंत मनुष्य त्या साकार करण्याच्या दिशेने विशेष प्रयत्न करीत नाही. परंतु इच्छा जेव्हा शुभ आणि प्रबळ होत जाते, तेव्हा मनुष्य आपली सर्व शक्ती एकवटून प्रयत्न करतो आणि मागे परतण्याचे सर्व पर्याय नष्ट करतो. इच्छांची ही शक्ती समजून घेऊन, इच्छांना आपला वापर करू न देता, त्यांचा योग्य वापर करून घ्यायला आपण शिकलं पाहिजे. ही कला आत्मसात करून अंतिम सफलता प्राप्त करण्यासाठी प्रस्तुत पुस्तकाचा लाभ घ्या.

शुभ आणि तीव्र इच्छा ही कोणत्याही क्षेत्रात यश मिळवण्याचा मूलमंत्र आहे. यामुळे जबरदस्त एकाग्रता, ऊर्जा आणि शक्ती प्राप्त होते. लक्षात ठेवा, या जगात लक्ष्य प्राप्त करण्याची किंमत चुकवावीच लागते. परंतु शुभ-इच्छांमुळे ही किंमत आपण आनंदाने हसत-खेळत चुकवाल. यशस्वी लोकांचा उपदेश कधी विसरू नका, **'प्रबळ इच्छेचा अर्थ एक लक्ष्य बनवणं. मग त्या लक्ष्यापर्यंत पोहोचण्यासाठी कार्ययोजना तयार करणं आणि त्यानंतर, जोपर्यंत ते लक्ष्य प्राप्त होत नाही, तोपर्यंत कार्यरत राहणं.'**

यात सर्वांत महत्त्वाची गोष्ट म्हणजे - 'निरंतरतेनं काम करत राहणे, शुभ इच्छेला बळ देत राहणे. याला एकाच शब्दांत सांगायचं झालं तर 'सातत्य' आणि दोन शब्दांत म्हणतात 'हॅपी थॉटस्.'

...सरश्री

खंड १

इच्छा मुक्ती

इच्छा असणं हे दुःखाचं कारण नाही,
परंतु इच्छेची सवय जडणं हे दुःख आहे.

भाग १

इच्छामुक्तीतील 'जर'चा अडथळा

अपनी रूखी-सूखी रोटी खाकर संतुष्ट रहो;
पराई चुपडी रोटी देखकर जी मत ललचाओ!

– कबीर

'असेल ते विटवा व नसेल ते भेटवा' ही सवय मनुष्याला 'जर-तर'च्या जाळ्यात अशी काही अडकवते, की तो नेहमी मनोकल्पनेत रमून दुःखी होतो. बहुतांश लोकांच्या बाबतीत आयुष्यभर इच्छांची लांबलचक रांग संपतच नाही. त्यातील काही इच्छा पूर्ण झाल्या, तरी पुन्हा तितक्याच नवीन इच्छा आ वासून समोर उभ्या राहतात.

तसं पाहिलं तर इच्छा कधीच संपत नाहीत. माणसाच्या मनाप्रमाणे जरी सर्व काही घडलं, तरी तो कधी संतुष्ट होत नाही. एक इच्छा पूर्ण होते न् होते तोच नवीन इच्छा मूळ धरू लागते.

'जर असं झालं असतं तर...' या विचारामुळे मनुष्य आयुष्याच्या प्रत्येक वळणावर नकारात्मक विचार करतो. खरं

वाटत नसेल तर स्वतःलाच विचारून पाहा, 'माझ्या आयुष्यात कुठे कुठे 'जर-तर'ची चलबिचल, ओढाताण चाललेली आहे?' तुम्ही तुमच्या आयुष्याकडे निरखून पाहिलंत तर तुम्हाला 'जर-तर'ची लांबच लांब रांग दिसेल. 'जर माझ्याकडे पैसा असता तर... जर मी सुंदर असतो तर... जर माझी पत्नी सुविद्य असती तर... जर माझी मुलं माझं ऐकत असती तर... जर मला अभ्यास करावा लागला नसता तर... जर मला चांगली नोकरी मिळाली असती तर... जर परीक्षाच झाली नसती तर... मी ज्याच्यावर प्रेम करत होते, त्याच्याशीच जर माझं लग्न झालं असतं तर... जर मला परदेशात जाण्याची संधी मिळाली असती तर... जर मी यशस्वी झालो असतो तर...' इत्यादी.

अशा प्रकारे मनुष्य प्रत्येक वेळी 'जर-तर'च्या डगमगत्या नौकेत बसतो आणि ज्या गोष्टी वर्तमानात अस्तित्वातच नाहीत, त्यांची इच्छा करून आपले आयुष्य निराशेने झाकोळून टाकतो. अशा वेळी त्याने विचार केला पाहिजे, या 'जर-तर'च्या भोवऱ्यात अडकून, आपण आपल्या अंतर्यामी असलेलं आकाश (स्वानुभव) म्हणजेच आंतरिक शांती नष्ट तर करत नाही ना?

मनुष्य जर स्वानुभवाच्या, आकाशाच्या नौकेतून प्रवास करत राहिला तर त्याची नौका सांसारिक मोहमायेच्या पलीकडे जाऊ शकेल; कारण आकाशाची नौका असीम, निराकार, अनंत असून, ती सेल्फचं प्रतीक आहे. ते प्राप्त केल्यावर कोणतीही इच्छा शिल्लक राहत नाही.

परंतु 'जर-तर'च्या (इच्छेच्या) नौकेत प्रवास केला, तर ही गोष्ट अशक्यप्राय ठरते. म्हणूनच एकदा आयुष्यात डोकावून, मनन करण्याची आवश्यकता आहे. तुम्ही 'जर-तर'ला केव्हा व किती महत्त्व देत आहात आणि त्याचा तुमच्यावर किती नकारात्मक परिणाम होतोय?

तुम्ही 'जर-तर'शी निगडित असलेल्या बिनबुडाच्या इच्छांसाठी सर्वोच्च आनंद तर गमावून बसत नाही ना? असं करत असाल तर हे योग्य आहे का? हा सौदा महागडा तर होत नाही? हा विषय पूर्ण स्पष्ट होण्यासाठी सखोलतेने मनन करण्याची आवश्यकता आहे.

'जर मी मुलगी न होता मुलगा झाले असते तर किती छान झालं असतं!' अशी त्या प्रत्येक मुलीची इच्छा असते, जिला वाटतं- 'प्रत्येक ठिकाणी मुलींपेक्षा मुलांना

जास्त महत्त्व दिलं जातं.' कित्येक मुलींच्या मनात हा विचार येतो.

प्रत्येकच मुलगी असा विचार करेल, असं नाही, परंतु बऱ्याच मुलींच्या मनात असा विचार येत असतो. यात बदल होणे शक्य नाही हे सर्वांनाच माहीत असतं. तरीसुद्धा या 'जर-तर'च्या विचारांमध्ये मन गटांगळ्या खात राहतं.

हे केवळ एक उदाहरण होतं. आयुष्यातील अशा अनेक वळणांवर माणसाच्या मनात 'जर-तर'चे विचार येत राहतात. अशा वेळी स्वतःला स्पष्टपणे समजावलं पाहिजे, की 'जिथे अशा प्रकारचा बदल होणे शक्य नाही, तिथे 'जर... असं झालं असतं तर...!' असं म्हणून आपला आनंद गमावणे योग्य नाही. त्याच्यापेक्षा मनुष्याने 'जर-तर'चे नकारात्मक विचार आणि त्याचे दुष्परिणाम जाणून घ्यावेत; जेणेकरून कोणताही विचार त्याला दुःखी करणार नाही.

परिवारात 'जर-तर...'

कुटुंबातील सदस्यांच्या परस्परांकडून खूप अपेक्षा असतात. म्हणून पती-पत्नी तसेच मुलांनी मिळून एक संवाद मंच तयार केला पाहिजे, ज्यामुळे एकमेकांशी बोलून आपापल्या समस्येवर उपाय शोधून काढता येतील. पत्नीला जर इंग्रजी येत नसेल तर पतीची इच्छा असते, 'जर माझ्या पत्नीला इंग्रजी येत असतं तर किती छान झालं असतं!' आपल्या मुलांकडून त्याची अपेक्षा असते, 'जर माझी मुलं माझं ऐकत असती तर...' इत्यादी. कुटुंबातील सदस्यांनी बोलून जर संवाद मंच स्थापन केला आणि या अशा समस्यांवर तोडगा काढला, तर कुटुंबात प्रेम, आनंद आणि शांती निर्माण होईल.

योग्य मार्गाने केलेल्या परस्पर चर्चेमुळे, वार्तालापामुळे पुष्कळ गोष्टी समोर येतात. त्यांच्या एकमेकांबद्दल बनवलेल्या चुकीच्या धारणा आणि अनुमान नष्ट होण्यास मदत होऊ शकते. लोक परस्परांना अधिक चांगल्या प्रकारे समजून घेतात. परंतु माणसाला योग्य संवाद करण्याची कला अवगत नसते. म्हणून तो शांत राहून किंवा चुकीचा संवाद साधून आयुष्यात बरंच काही हरवून बसतो आणि आश्चर्य म्हणजे ही गोष्ट त्याच्या लक्षातही येत नाही. सुसंवादाचा मंच तयार करण्याआधी, मनुष्याने कुटुंबामध्ये संवाद साधण्याआधी स्वतःसोबत संवाद साधला पाहिजे. आपल्या नात्यांतील प्रत्येक पैलूवर मनन केलं पाहिजे. त्याला जर नात्यातील सर्व पैलूंबाबत जाण असेल; तरच तो दुसऱ्यांचं ऐकेल, त्यांना समजून घेईल.

कशी मिळेल इच्छांपासून मुक्ती

आता तुम्ही म्हणाल, काही 'जर-तर'च्या इच्छांमुळे आम्हाला आनंदच होतो. तसं असेल तर त्या इच्छा बाळगण्यात काहीच हरकत नाही; परंतु जर त्या तुमच्या मनात दुःखद भाव निर्माण करत असतील, तर त्याचा काही उपयोग नाही. कोणत्या इच्छा बाळगायच्या आणि कोणत्या इच्छांचा त्याग करायचा, हे तुमच्यावर अवलंबून आहे. तुमची दुःखद अथवा सुखद भावना हीच इच्छांचे मोजमाप करण्याचा योग्य मापदंड आहे.

डॉक्टर काही अशा लोकांना कारलं खाण्याचा सल्ला देतात, ज्यांना कारल्याचा कडूपणा आवडत नाही. त्यांची इच्छा असते, की डॉक्टरांनी त्यांना आईस्क्रीमसारखा गोड पदार्थ खाण्याचा सल्ला द्यावा.

अर्थातच, आपापल्या आवडीनुसार माणसाच्या 'जर-तर'च्या इच्छा बदलतात. एखादा छोटा मुलगा विचार करतो, 'जर देवाने सगळे विटॅमिन्स आईस्क्रीममध्येच टाकले असते, तर किती छान झालं असतं!' आपल्या आजूबाजूला अशी पुष्कळ उदाहरणं आढळतात.

अशा प्रकारे विचार करण्यास काहीच हरकत नाही. आपल्या आनंदासाठी मनुष्य जो काही विचार करायचा, तो करू शकतो. अट एवढीच, की आपल्या विचारांनी त्याने स्वतःला दुःखी करू नये.

मूल जाणतं होताच ही 'जर-तर'ची शर्यत सुरू होते. पृथ्वीवर मूल जन्माला येतं न् येतं, तोच काही दिवसांनी ते आपल्या आजूबाजूला चाललेली धावण्याची शर्यत पाहत असतं. थोडं मोठं झाल्यावर तोसुद्धा तसाच विचार करू लागतो, 'प्रत्येकजण धावतोय, तर या शर्यतीत मी तरी मागे का राहू? मलाही या संसाराच्या शर्यतीत धावायला पाहिजे' आणि समजा कोणी असा विचार करत नसेल, तरी त्याचे आई-वडील, शेजारी-पाजारी असा विचार करायला त्याला भाग पाडतात; कारण त्यांच्यासाठी आयुष्याचा हाच अर्थ असतो. म्हणून तोदेखील इच्छा असो वा नसो, डोळेझाकपणा करतो आणि त्या शर्यतीत सामील होतो. अशा वेळी त्याच्या मनात 'मी काय करायला आलो होतो आणि काय करत आहे,' याबाबत जराही शंका येत नाही. माणूस जोपर्यंत थोडं थांबून विचार करत नाही, तोपर्यंत ही शर्यत अखंडपणे चालूच राहते.

आकाशाकडे, सत्याकडे जाण्यासाठी, म्हणजेच स्वतःला जाणण्यासाठी तुम्ही

या शर्यतीतून थोडी उसंत घेतली पाहिजे. आपल्या धकाधकीच्या आयुष्यातून थोडा वेळ काढून एका प्रश्नावर मनन केलं पाहिजे, 'या जगात आपण कोणता उद्देश घेऊन आलो आहोत?' अवकाशाच्या या कालावधीमध्ये तुम्हाला तुमच्या 'पृथ्वी लक्ष्या'संबंधित चिंतन करायला हवं. जोपर्यंत तुम्ही या अवकाशाचा अवधी प्राप्त करत नाही, तोपर्यंत या 'जर-तर'पासून मुक्त होऊ शकत नाही.

'जर-तर'ला दूर ठेवणारं आकलन

एक मनुष्य आरशात स्वतःला न्याहाळत असताना, त्याला एक जरी पांढरा केस दिसला किंवा केस जास्त प्रमाणात गळताना आढळले, तर त्याला तणाव येतो.

अशा वेळी ही महत्त्वपूर्ण समज अंगिकारायची आहे, की 'आज, आत्ता, जितके केस शिल्लक आहेत किंवा जेवढे केस पांढरे व्हायला पाहिजेत तेवढे झाले आहेत.' हे एकदा लक्षात येताच, कंगव्यात अडकून जरी काही केस तुटले तरी त्या मनुष्याला तणाव येणार नाही. तो हेच म्हणेल, 'कालपर्यंत या केसांची आवश्यकता होती, पण आज नाही.' म्हणजे केस किती असायला हवेत? तर जेवढे आहेत तेवढेच! हे भान आलं नाही, तर गळालेले केस पुन्हा चिकटवण्याच्या किंवा डोक्यावर केशारोपण करण्याच्या फंदात पडून लोक आयुष्यभर जिकिरीस येतात.

माणसाच्या आयुष्यात त्याच्या एखाद्या जवळच्या व्यक्तीचा मृत्यू होतो, तेव्हा त्याला अतिशय दुःख होतं. त्याला वाटतं, 'अरेरे, हा मरण पावला नसता तर खूप छान झालं असतं! याच्याऐवजी माझा साहेब मरण पावला असता तर... तो किती वाईट माणूस आहे...!'

बरेच लोक 'माझी सासू मरण पावली असती तर? त्यांचं तर वयही झालं आहे, हे लोक का मरत नाहीत? नक्कीच यांनी कावळ्याचं हाड नाही तर गिधाडाचं मांस खाल्लं असेल' असे विचार करतात.

आता जरा विचार करा, ज्या व्यक्तींचे पृथ्वीवरील आयुष्य संपत आले आहे, त्यांना मनुष्य आपल्या अज्ञान आणि स्वार्थापोटी जीवनाबरोबर जोडण्याची व्यर्थ धडपड करत राहतो. त्यांना मरण्याचीही अनुमती देत नाही आणि हेच त्याच्या दुःखाचं कारण आहे.

स्वतःला विचारा, 'माझी जी प्रिय व्यक्ती मरण पावली आहे, तिची आठवण येताच मला आनंद होतोय का?' या प्रश्नाचं उत्तर जर होकारार्थी असेल तर काहीच हरकत नाही. पण जर दुःख होत असेल तर निसर्गाकडून, दैवी शक्तीकडून दिला गेलेला हा संकेत आहे, असं समजायला हवं. निसर्ग आपल्या पद्धतीने तुम्हाला सांगत आहे, की अज्ञानामध्ये तुम्ही काहीतरी पकडून ठेवण्याच्या इच्छेमुळे, आपला आनंद पणाला लावत आहात.

'जर-तर'पासून मुक्त होण्यासाठी प्रत्येक घटनेकडे हेलिकॉप्टरच्या म्हणजेच सर्वसमावेशक दृष्टिकोनातून पाहा आणि स्वतःला आठवण करून द्या, 'जर-तर' वा तत्सम शब्दांमुळे केवळ दुःखच निर्माण होतंय आणि होत राहील; किंबहुना सत्याला तरी या 'जर-तर'ची गरज नाही, म्हणून ते सोडून 'आकाश' अर्थात निराकार, असीम, अनंताशी संबंध स्थापित केला पाहिजे. तुम्हाला आकाशाबद्दल दृढता वाटत नाही, म्हणून उच्च दृष्टिकोनातून पाहायला सांगितलं जातं. त्याच घटनेकडे, जर उच्च दृष्टिकोनातून पाहिलं तर तुमचं आयुष्य अधिक उत्कृष्ट होईल. मनन-चिंतनाच्या अभावी मनुष्य कधीही अशा प्रकारे विचार करू शकत नाही. परिणामी, त्याने स्वतःसाठी सहज, सोपा असा 'जर-तर'चा मार्ग शोधून काढला.

मात्र, आता वेळ आली आहे, या सर्व गोष्टींवर नव्या पद्धतीने पुनर्विचार करण्याची!

एकदा भुकेने व्याकुळ झालेला एक वाटसरू जंगलातून जात होता. जवळच्याच एका बोराच्या झाडावरून त्याने एक छोटंसं बोर तोडून खाल्लं व म्हणाला, 'हे बोर किती छोटं आहे! पोटसुद्धा भरलं नाही. त्यापेक्षा झाडावर जर टरबूज येत असतं, तर किती छान झालं असतं!'

पुढच्याच क्षणाला त्याच्या डोक्यावर एक बोर पडलं आणि त्याच्या डोक्यात लख्ख प्रकाश पडला, 'बरं झालं, टरबूज झाडावर उगवत नाहीत, अन्यथा आता माझ्या डोक्याची काय अवस्था झाली असती!'

काही लोकांना ताबडतोब असे पुरावे मिळतात, तर काहींना अनेक वर्षांनी... पण काहींना तर मृत्यूनंतर समजतं, 'पृथ्वीवरच्या आयुष्यात आपण काय गमावलं!' आपल्या गत आयुष्यातील गोष्टी आठवून ते म्हणत राहतात, 'जेव्हा आम्ही जिवंत होतो, तेव्हा आपल्या जीवनरूपी प्रसादाचा आनंदही घेऊ शकलो नाही, त्यातदेखील

आम्ही खडेच शोधले.' कित्येक लोक विचार करतात, 'असं झालं असतं तर जास्त चांगलं झालं असतं!' परंतु कोणीही मनुष्य छातीठोकपणे असं सांगू शकत नाही. म्हणून जेव्हा 'जर-तर' येईल तेव्हा नवीन प्रकारे विचार करायला हवा.

एकदा एका उडत असलेल्या कावळ्याची विष्ठा माणसाच्या अंगावर पडली; तेव्हा त्याने मनातल्या मनात विचार केला, 'बरं झालं, गाय उडू शकत नाही, नाही तर माझ्या डोक्यावर आता शेण पडलं असतं!'

असो, हा एक विनोद होता. परंतु कधीकधी विनोददेखील जोरदार झटका देण्याचं काम करतो. काही लोकांना यातील संकेत ताबडतोब समजतात. म्हणून तुम्हालाही पुढील आयुष्याचा आनंद घेण्यासाठी ही गोष्ट लवकर उमगली तर बरं! अशा वेळी म्हणता येईल, 'जब तू जागे तभी सवेरा!'

तात्पर्य - सर्व काही योग्य पद्धतीने चाललेलं आहे. उडणारे उडत आहेत. जमिनीवर सरपटणारे सरपटत आहेत, त्यांच्यात बदल घडवून आणण्याच्या इच्छेमुळे तुम्हालाच त्रास होणार आहे. म्हणून स्वतःचा शोध घेऊन परिवर्तन आणण्याचा प्रयत्न करा. तुम्ही कोणत्या 'जर-तर'च्या इच्छा पकडून ठेवल्या आहेत, त्यांच्यापासून स्वतःला ताबडतोब मुक्त करा, जसं...

जर मी खूष असतो तर...

जर मी यशस्वी असतो तर...

जर मी पंतप्रधान असतो तर...

जर मी मुलगा असते तर...

जर मी इंग्लिशमध्ये बोलू शकत असते तर...

जर मी मॉडेल/अभिनेत्री असते तर...

जर मी एखाद्या मोठ्या पदावर असतो तर...

जर मी सर्जनशील असते तर...

जर मी नेहमी लहानच राहिले असते, मोठी झालेच नसते तर...

जर मी घरात सर्वांत मोठी असते तर...

जर मी जगातील सर्वांत श्रीमंत व्यक्ती असतो तर...

याव्यक्तिरिक्त तुमचे काही जर-तर अजूनही शिल्लक असतील, तर ते इथे लिहून, त्यांच्यापासून मुक्त होण्याचा संकल्प करा.

अशा प्रकारे दररोज स्वतःचे अवलोकन करून तुमच्यामध्ये असे किती 'जर-तर' आहेत, जे तुम्हाला तुमच्या आकाशरूपी आनंदापासून वंचित करत आहेत, हे जाणा. तुम्ही जर या गोष्टींवर मनन केलं, तर या 'जर-तर'पासून कायमचं मुक्त होऊन, पुढील विकास साधाल. एवढेच नव्हे तर, स्थूल वा सूक्ष्म 'जर-तर'च्या विचारांना समाप्त करण्याची कला शिकाल. ही कला शिकणे अत्यंत महत्त्वपूर्ण आहे; कारण यापुढे जेव्हा-केव्हा तुमच्या मनात 'जर-तर'चे विचार येतील, तेव्हा तुम्ही ते ताबडतोब विलीन करू शकाल.

भाग २

सवयी-इच्छांचा आरसा

'जेथे तीव्र इच्छा असतात,
तिथे अडचणी प्रबळ होऊ शकत नाहीत.'

– निकोलो मॅकियावली

आधी इच्छा आयुष्याला आकार देते, मग आयुष्यच इच्छेला आकार देतं. याचा परिणाम असा होतो, की माणसाचं जीवन इच्छाचलित बनतं. स्वतःला शरीर समजून स्वार्थबुद्धीने मनुष्य शुभ-इच्छा सोडून व्यक्तिगत इच्छा बाळगतो. नंतर हळूहळू त्यांच्या अधीन होऊन आपल्या आयुष्याचा लगाम इच्छांच्या हातात सोपवतो. शेवटी तो इच्छांचा गुलाम बनून इच्छारूपी नौकेतच विहार करतो.

माणसाच्या मनात वेगवेगळ्या इच्छा असतात. जसं, एक स्त्री आपल्या पतीला म्हणते, 'माझ्या मृत्यूनंतर तुम्ही जेव्हा वर्तमानपत्रात माझा फोटो छापाल, तेव्हा कृपा करून त्यात माझं वय लिहू नका.'

कशी मिळेल इच्छांपासून मुक्ती

जरा विचार करा, मृत्यूच्या वेळीदेखील ही इच्छा कशी असू शकते? पृथ्वीवरून जाताना जर लोक अशा इच्छा घेऊन जात असतील तर पार्ट-टू म्हणजे मरणोत्तर जीवनात ते काय निर्माण करतील? वय अधिक दिसू नये! म्हणून तिथेदेखील एक ब्यूटी पार्लर उघडतील? अशा लोकांच्या आयुष्यात याहून मोठं लक्ष्य असूच शकत नाही. आश्चर्य म्हणजे मृत्यूनंतरच्या जीवनात यापेक्षा उच्चतम अभिव्यक्तीची शक्यता असतानाही...! केवळ इच्छेच्या अधीन होऊन जर कोणी मृत्यूनंतरच्या जीवनातही शरीरामध्ये अडकत असेल, तर त्याने पृथ्वीवरील आयुष्य व्यर्थच घालवलं असं म्हणावं लागेल.

लोक पृथ्वीवर ब्यूटी पार्लर उघडतात ही चांगली गोष्ट आहे; कारण येथील लोकांना त्याची गरज आहे. येथे बाह्य शरीराला मसाज हवा असतो, चेहऱ्याला रंगरंगोटी हवी असते. परंतु, वय अधिक दिसू नये किंवा कोणालाही माझं खरं वय कळू नये, ही माणसाची इच्छा जरा विचित्रच नव्हे का?

आयुष्यभर मैत्रिणींना सांगितलेली खोटी गोष्ट आपल्या मृत्यूनंतर उघडकीस येऊ नये, याची त्या स्त्रीला भीती वाटत होती, म्हणून आधीपासूनच ती आपल्या पतीला असं सांगून ठेवत आहे.

हे केवळ एक उदाहरण होतं, ज्याचं तुम्हाला हसू येईल. परंतु जर तुम्ही तुमच्या इच्छांचा शोध घेतला, तर तुम्हालासुद्धा अशा प्रकारच्या काही विसंगत इच्छा सापडतील. तेव्हा तुमच्यात आणि त्या स्त्रीमध्ये फारसा फरक आढळणार नाही. आता तुम्हाला ज्ञान मिळाल्यामुळे तुमच्यामध्ये दुय्यम इच्छांपासून मुक्त होण्याची शुभ-इच्छा जागृत तरी झाली आहे. आता तुमच्या लक्षात आलं असेल, 'आपण या पृथ्वीवर का आलो आहोत? पृथ्वीवर आपल्याला हा परिवार का मिळालाय? येथे आपल्याला कोणतं काम करायचं आहे?'

पृथ्वीवर आपली इच्छा जाणून ती शुभ-इच्छेला जोडायची आहे. ज्या इच्छा रिकाम्या वेळात निर्माण होऊन सवयी बनल्या, त्या सर्व विलीन करायच्या आहेत. **सत्य प्राप्त करणं हेच ज्यांचं अंतिम लक्ष्य आहे, त्यांच्यामध्ये अशी एकही सवय शिल्लक राहता कामा नये, जिची भविष्यात काहीच गरज नाही; कारण आता आपण मोक्षाकडे, निर्वाणाकडे वाटचाल करत आहोत.**

इच्छेतून इच्छेची उत्पत्ती

इच्छा पूर्ण झाली तरी दुःख का होतं? यावर तुम्ही कधी विचार केलाय? कारण त्यामुळे हळूहळू इच्छा करण्याच्या इच्छेची सवय निर्माण होते. मग इच्छा पूर्ण झाल्यामुळे अहंकार वाढतो आणि अहंकार वाढल्यामुळे आयुष्यात दुःखच येतं. इच्छापूर्तीमुळे इच्छेची आसक्ती वाढते. मग प्रत्येक इच्छा पूर्ण व्हावी, असं वाटतं. इथूनच इच्छांची गुलामी सुरू होते.

इच्छापूर्तीमध्ये जर काही अडथळा आला तर अतिशय क्रोध येतो, तसंच इच्छा पूर्ण होण्यामध्ये विलंब झाला, तरीदेखील राग येतो आणि जेव्हा इच्छा पूर्ण होत नाही, तेव्हा आयुष्य निराशेने भरून जातं. याचाच अर्थ इच्छा पूर्ण झाल्यावरही काही विशेष लाभ होत नाही आणि इच्छा अपूर्ण राहिली तरी काही लाभ होत नाही. म्हणजेच एक सोन्याची बेडी आहे तर दुसरी लोखंडाची! म्हणून इच्छारूपी सोन्याचे हरीण, सोन्याची शृंखला तुम्हाला कितीही प्रिय वाटली, तरी त्याची सवय लावून घ्यायची नाही; अन्यथा अयोध्येपासून दूर जावं लागेल, मग दिवाळी (आनंद) तर फारच दूर असेल. अशा अवस्थेत तुम्ही खरी दिवाळी साजरी करू शकणार नाही. दिवाळी साजरी करायची असेल, तर इच्छांविषयीची जागृती, अंतर्मनाचं प्रोग्रॅमिंग या गोष्टी समजून घ्यायला हव्यात.

तुम्ही जर खरी दिवाळी (आनंद) साजरी करू इच्छित असाल, तर जुने प्रोग्रॅमिंग बदलून, नव्या विचारपद्धतीचा अवलंब करा. हे सर्व एका दिवसात बदलणार नाही. हळूहळू संयम व साहस ठेवून पुढे जा. सजगतेने स्वतःला विचारा, 'मी वेळ घालविण्यासाठी जे कार्य करत आहे, त्याची भविष्यात खरोखरच गरज आहे का?' उत्तर जर नकारार्थी असेल, तर त्याची पुनरावृत्ती करण्याची गरज नाही. म्हणून त्याच गोष्टींची उजळणी करा, ज्यांची भविष्यात आवश्यकता आहे. त्या गोष्टी म्हणजे प्रेम, आनंद, मौन, ध्यान, ज्ञान आणि रचनात्मकता.

भाग ३

शुभइच्छा 'तेजइच्छा' बनावी....

'तुमच्यामध्ये तयारी करण्याची इच्छा नसेल
तर जिंकण्याच्या इच्छेला काही किंमत नाही.'

– लुई पाश्चर

शुभइच्छा मनुष्याला त्याच्या आयुष्यात सत्यप्राप्तीसाठी बळ प्रदान करते. मनुष्याच्या आयुष्याला योग्य वळण देण्याचं कामही शुभइच्छेद्वारे केलं जातं. त्यानंतर शुभइच्छेची भूमिका समाप्त होते. ज्याप्रमाणे होळीमध्ये सर्व लाकडं जाळण्यासाठी केवळ एका काठीचा वापर करून त्या काठीनेच इतर लाकडांना आत ढकललं जातं. शेवटी जेव्हा सर्व लाकडं जळू लागतात, तेव्हा ही काठीदेखील होळीमध्ये समर्पित केली जाते. त्याचप्रमाणे शुभइच्छेचीदेखील हीच भूमिका असते, तिच्यामुळे इतर इच्छा सहजतेने समाप्त करता येतात.

शुभ-इच्छेचं महत्त्व

ज्यांनी कोणतंही ठोस लक्ष्य ठेवलेलं नाही, त्यांना लक्ष्य

निश्चित करण्याचं लक्ष्य दिलं जातं. आजच्या तरुण पिढीसाठी हे खूपच आवश्यक आहे. त्यांनी जर लक्ष्याविषयी काही विचार केला नसेल, तर आता तो करण्याची वेळ आली आहे; कारण ते जेव्हा एखादं लक्ष्य समोर ठेवतील, तेव्हाच त्यावर विचार करून स्वतःच्या विचारांना योग्य दिशा देऊ शकतील.

आजच विचारांना दिशा देण्याचा संकल्प करा; कारण आपले लक्ष्य ठरविण्याचे उद्दिष्ट सर्वांकडेच असते. आमचं कोणतंही लक्ष्य ठरलेलं नाही, असं कोणीही म्हणू शकत नाही. जरी कोणतंही लक्ष्य ठरवलं नसेल, तरी एखादं लक्ष्य ठरवण्याचं लक्ष्य तर असतंच. म्हणून 'माझ्यासमोर कोणतंही लक्ष्य नाही' अशी सबब सांगण्याचं कारणच उरत नाही. शुभइच्छा जागृत होताच लक्ष्यही आपोआप समोर येतं.

आता आत्मपरीक्षण करून, स्वतःला प्रश्न विचारा, 'मी कोण आहे? आणि मी जो आहे, तो बनून जगण्यासाठी कोणते कार्य करत राहू?' हळूहळू तुम्हाला याचे स्पष्टीकरण मिळेल आणि आपल्या निर्धारित लक्ष्याकडे वाटचाल करण्याच्या दिशेने तुमची पावलं पडू लागतील. तुम्हाला साहाय्यभूत ठरणाऱ्या नवीन सवयी लागतील, मग त्यांच्याशी निगडित इच्छा निर्माण होतील. ज्यामुळे तुम्ही स्वतःच्या सवयी आणि इच्छांना योग्य दिशा देऊ शकाल. हे सर्व शुभइच्छेमुळेच घडू शकतं. म्हणूनच शुभइच्छेला इतकं महत्त्व दिलं गेलंय.

आत्तापर्यंत तुम्ही इच्छा आणि शुभइच्छेचं चक्र म्हणजे काय, ते जाणून घेतलं. आता तुम्हाला तेजइच्छेपर्यंत पोहोचायचं आहे. माणसाच्या जीवनात जेव्हा शुभइच्छा जागृत होते, तेव्हा मुक्तीची व्दारं उघडतात. म्हणून शुभइच्छा समाप्त करण्याचा प्रयत्न करू नका. काही लोक विचार करतात, 'जर पुढे जाऊन ही गोष्ट सुटणार असेल तर, आधीच ही गोष्ट सोडून का देऊ नये?' जसं, एखाद्यानं रेल्वेचं तिकीट काढलं आणि नंतर 'हे तिकीट फेकूनच द्यायचंय, तर आत्ताच का फेकून देऊ नये?' असा विचार करून मुक्कामावर पोहोचण्याआधीच फेकून दिलं, तर या कृतीला मूर्खपणाशिवाय आणखी दुसरं काय म्हणणार? अशा प्रकारे शुभइच्छेला आधीच निरोप द्यायचा नाही, उलट ती तिकिटाच्या रूपात तुमच्याकडे राहील आणि तुम्हाला तुमच्या मुक्कामापर्यंत, लक्ष्यापर्यंत पोहोचवू शकेल.

तेजइच्छा

तेज*इच्छा म्हणजे ती इच्छा, जी शेवटची काठी जाळल्यावर जागृत होते. ती अव्यक्तिगत इच्छा आहे, जी 'स्व'च्या अभिव्यक्तीचा भाग आहे. **तेजइच्छा ईश्वरीय गुणांना प्रकट करणारी इच्छा आहे, जी स्वतःला जाणल्यावर जागृत होते.**

---

*तेज याचा अर्थ द्वंद्वाच्या पलीकडे, उदाहरणार्थ- तेजआनंद, तेजजीवन, तेजमौन, तेजसत्य.

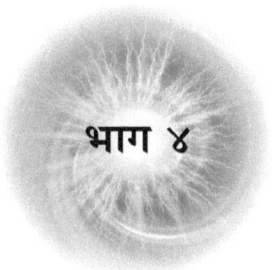

भाग ४

हृदयातून आलेला आनंद

'यशस्वी व्यक्ती आणि इतर लोकांमध्ये असणारा
फरक म्हणजे शक्तीची किंवा ज्ञानाची उणीव नसून,
इच्छेच्या तीव्रतेचा अभाव.'

– विन्सेंट टी. लॉम्बार्डी

दिवाळीच्या वेळी आकाशात जे शोभेचे फटाके दिसतात, ते तुम्ही सर्वांनी लक्षपूर्वक पाहिले असतील. त्यातील काही दिशाहीन फटाके कुणाच्याही घरामध्ये घुसतात. अशाच प्रकारे मनात उठणाऱ्या विचारांना तुम्ही सजगतेने पाहायला शिका. काही विचार असे असतात, जे नकारात्मक तरंग उत्पन्न करून, हृदयात शिरून सर्वकाही अस्ताव्यस्त करून टाकतात; ज्यामुळे संपूर्ण शरीरात कंपन सुरू होऊन दाह जाणवतो. परिणामी, मनात कित्येक प्रकारचे विकार उत्पन्न होतात, द्वेष, तिरस्काराचे अंकुर फुटतात. हे सर्व मनात उठणाऱ्या विचाररूपी फटाक्यांची आतषबाजी न जाणण्यामुळे होते; अर्थात जोपर्यंत जीव इच्छेच्या अधीन असतो, तोपर्यंत त्याला हृदयातून (तेजस्थानातून) दिवाळी

साजरी करण्याची पद्धत माहीत नसते. परिणामी, तो विकारांच्या भोवऱ्यात अडकून पडतो. याच्यातून मुक्त होण्यासाठी अयोध्येमध्ये (अयोध्या म्हणजे जेथे कोणतेही युद्ध नाही) राहूनच, रावणाला मारून दिवाळी साजरी करता येईल.

विश्वास ठेवा, दिवाळीमध्ये आकाशात होणारी आतषबाजी बघण्याइतकंच हे सोप्पं आहे. तुम्हीसुद्धा तुमच्या विचारांकडे आतषबाजीप्रमाणे पाहायला हवं, असा हा इशारा आहे.

यानंतर तुम्ही स्वतःला जाणू शकाल. 'मी कोण आहे?' या प्रश्नाच्या उत्तराची ओळख होताच साक्षी बनून तुम्ही हा खेळ पाहू शकाल, जाणू शकाल. कारण 'जाणणं' हा तुमचा स्वभाव आहे; परंतु लोकांच्या मनात मात्र असा आग्रह असतो, 'माझ्या मनात असा विचारच येऊ नये... असं दृश्य दिसू नये...' इत्यादी.

लोक जेव्हा ध्यानासाठी बसतात, तेव्हा त्यांच्या मनात तऱ्हेतऱ्हेचे विचार येतात, मग ते म्हणतात, 'आज ध्यान इतकं काही चांगलं झालं नाही!' परंतु ते ही गोष्ट समजू शकत नाहीत, की विचारांना जाणणारा जर सजग असता तर कोणताही विचाररूपी फटाका त्यांच्या मनरूपी घरात प्रवेश करू शकला नसता. **तात्पर्य, 'तुम्ही जर सजग असाल आणि तुमच्यामध्ये प्रखर ज्ञानाग्नी असेल, तर विकार उत्पन्न करणारे विचार तुम्हाला स्पर्शही करू शकणार नाहीत.'**

तुमच्या घराजवळून जेव्हा लोक ये-जा करतात, तेव्हा तुम्हाला काही त्रास होतो का? नाही. परंतु जेव्हा कोणी बळजबरीने तुमच्या घरातच घुसतो, तेव्हा मात्र ती गोष्ट त्रासदायक ठरते. त्याचप्रमाणे, जेव्हा तुमच्या मनात विचारांची ये-जा सुरू असते, तेव्हा ते दुःखाचं कारण बनत नाहीत; परंतु जर त्यांनी तुमच्या बुद्धी व मनाचा ताबा घेतला, तर तुम्ही संतप्त होता. विचारांनी तुम्हाला वश करून, अवनतीकडे नेण्याआधीच, तुम्ही स्वतःला प्रश्न विचारा, 'तुम्ही कुणाचे स्वागत करत आहात?' आत्मपरीक्षण करा, 'आत्ता, या क्षणी माझी उपस्थिती कशी आहे? माझ्या आयुष्यात दुःख येत आहे, याचा अर्थ माझ्याकडून काही चूक तर होत नाही ना? माझ्या जीवनात दुःख सहजपणे प्रवेश करू शकेल, असा संकेत तर मी अजाणतेपणाने निसर्गाला देत नाही ना?' अशा प्रकारे सातत्याने आत्मपरीक्षण करत राहिल्याने तुम्ही सजग आणि परिपक्व बनाल.

जसजशी व्यक्ती परिपक्व होत जाते, तसतशी तिची देहबोली निर्दोष होत जाते.

याचा संकेत म्हणजे तुम्ही कोणत्या लोकांना भेटू इच्छिता आणि कोणत्या नाही? अशा प्रकारे, तुमच्याकडून जेव्हा निसर्गाला यथार्थ आणि स्पष्ट संकेत दिला जाईल, तेव्हा आनंद (दिवाळी) नष्ट करणारा एकही नकारात्मक विचार तुमच्या मनात प्रवेश करू शकणार नाही.

दिवाळीत ज्या लोकांच्या घराला आग लागली, जे स्वतः फटाके उडवताना भाजले, अशा लोकांना जर 'दिवाळी म्हणताच तुम्हाला सर्वप्रथम काय आठवतं?' असं विचारताच ते म्हणतील, 'आम्ही दिवाळी साजरी करणं सोडून दिलंय; कारण त्यावेळी ज्या गोष्टी स्पष्ट व्हायला हव्या होत्या, त्यांपासून आम्ही अनभिज्ञ होतो.'

याचाच अर्थ, दिवाळी मनवाली नव्हे तर दिलवाली, हृदयातून येणारी, हार्दिक असली पाहिजे. आतापर्यंत तुम्ही इच्छा, आकांक्षा, महत्त्वाकांक्षा, आवड, अभिलाषा या सर्व गोष्टींकडे कसं बघत होता, या इच्छा कोणत्या सवयींमुळे प्रबळ बनल्या, हे समजणं आवश्यक आहे. त्या खरोखरच तुमच्या इच्छा होत्या की रिकाम्या वेळेतील मागण्या होत्या? हा विचार करण्यायोग्य मुद्दा आहे, यावर जरूर मनन-चिंतन करायला हवं.

भाग ५

अंतर्मन : एक अबोल सेवक

'ज्या व्यक्तीच्या मनात इच्छा नसते,
तिच्यासाठी कोणतंही काम सोपं नसतं.'

– थॉमस फुलर

प्रत्येक मनुष्याच्या जीवनात एक लक्ष्य असायला हवं; परंतु दूरदर्शीपणाचा अभाव असल्याने तो या गोष्टीला विशेष महत्त्व देत नाही आणि त्यापासून अनभिज्ञ राहतो. जसं, दिशाहीन नौका लक्ष्य नसल्यामुळेच भरकटते.

आपल्याला आयुष्यात कोणतं लक्ष्य साध्य करायचं आहे, हे कित्येकांना ठाऊकच नसतं. आधीपासूनच जर लक्ष्य ठरवलं असतं, तर कोणतंही जहाज बुडालंच नसतं. लक्ष्यहीन मनुष्यदेखील विनाकारण अनेक मुलांना जन्म देतो, कारण गरज नसताना अज्ञानात इच्छा उत्पन्न करणं ही सवय बनते; पण अशी सवय अतिशय धोकादायक असते, जिच्याबद्दल मनुष्य अगदी अनभिज्ञ असतो. मनुष्य इच्छा करतो, ती पूर्ण करतो, ही गोष्ट

इथे समाप्त होते; परंतु इच्छा करणे माणसाची सवय बनत जाते, तेव्हा मात्र तो संकटात पडतो.

जेव्हा कोणत्याही गोष्टीची पुनरावृत्ती होते, तेव्हा 'ही आपल्या कामाची आहे की नाही,' याची चांगल्या प्रकारे खातरजमा केल्याशिवायच आपलं अंतर्मन ती गोष्ट आत्मसात करतं आणि त्याप्रमाणे सवय बनवतं. तसं पाहिलं तर, काही सवयी आपल्या सोयीच्या असतात. सकाळपासून संध्याकाळपर्यंत तुम्ही अनेक कामं पूर्ण करता. जसं, तुम्ही गॅसवर काही ठेवलं आहे, एकीकडे तुम्ही मुलांना तयार करत आहात, नाश्ता बनवत आहात. ही सर्व कामं तुम्ही एकाच वेळी करू शकता, कारण तुम्हाला याची सवय झाली आहे. तुमच्या बाह्यमनाला कसल्याही प्रकारची काळजी करावी लागू नये, म्हणून तुमचं अंतर्मन विचार न करता तुम्हाला पूर्णपणे साहाय्य करतं. बहिर्मन केवळ निमित्त म्हणून कार्य करतं. ते एकाच वेळी अनेक कामं पूर्ण करू शकत नाही. तुम्हाला जर आत्ता दोन नवीन कामं एकाच वेळी करायला सांगितली, तर केवळ सवय नसल्याने ती करणं अशक्य वाटेल.

तुम्हाला जर सांगितलं, की तुम्ही शर्टाची बटणं लावताना गाणं म्हणा, तर तुम्हाला कसलीही अडचण येणार नाही; कारण हात आपलं काम करतील आणि गळा आपलं काम करेल. त्याचप्रमाणे तुम्ही कपडे घालत असताना टीव्हीवरील कार्यक्रम बघत असता आणि स्वयंपाक करत असता. हा तुमच्या सवयींचा भाग आहे. तुम्ही एकाच वेळी इतकी कामं करू शकता, हा तुमच्या सवयींचा चमत्कार आहे. तुमचा वेळ वाया जाऊ नये, यासाठी निसर्गाकडून अशा सवयी लावल्या जातात. वेळ वाचताच तुम्ही लक्ष्याकडे विशेष ध्यान द्यावं, ही निसर्गाची किती सुंदर व्यवस्था आहे!

लक्ष्यहीन मनुष्याच्या आयुष्यात काही गोष्टींची विनाकारण पुनरावृत्ती होत असते, जी एक प्रकारे सवयच बनते. मग वेळ मिळताच, अनावश्यक इच्छा जागृत होतात. जसं, चला फ्रिज उघडून काहीतरी खाऊ या, फिरायला जाऊ या, पार्टी करू या! अशा प्रकारे मनुष्य सवयीचा गुलाम बनतो.

रिकामा वेळ मिळताच सवयीनुसार तुमच्या मनात विचार येऊ लागतात. बेसावध मनुष्य ताबडतोब उठून आपल्या सवयीनुसार इच्छा पूर्ण करतो. 'त्यावेळी या गोष्टीची आवश्यकता नव्हती' याचा मनुष्याला थांगपत्ताच नसतो. यावरून हे लक्षात घ्या, की

निसर्गाने तुमचा वेळ वाचवण्यासाठी सवयींच्या रूपात जी सुंदर व्यवस्था निर्माण केली आहे, तीच बंधन बनली आहे. अशा कितीतरी निरर्थक सवयी जतन केल्याने तुम्ही दुःखी आहात.

समजा, एक मनुष्य बाहेरच्या देशातून आला आहे आणि तुम्हाला त्याची हेरगिरी करण्याचं काम दिलं आहे, तुम्हाला त्याच्यावर देखरेख करायची आहे, त्यातून तुमच्यासमोर काही रहस्यं उलगडणार आहेत. तुम्हाला त्याचा प्रत्येक क्षणी पाठलाग करायचा आहे. तो मनुष्य अगदी रिकामटेकडा आहे; म्हणून दुकानांमध्ये जाऊन किमतीची घासघीस करतो, काडेपेटीची काडी काढतो, पेटवतो व फेकून देतो. त्याला फक्त त्याचा वेळ घालवायचा आहे. तुम्हाला हे माहीत नसल्याने तुम्ही त्याच्या सर्व गोष्टींची लक्षपूर्वक नोंद करता.

तुम्ही मात्र तुमचं काम प्रामाणिकपणे करत असता. मग तुम्ही विचार करता, काडेपेटीच्या काडीमध्ये नक्कीच काहीतरी रहस्य असणार. त्याने जिथे वस्तूंचे दर विचारलेले असतात, त्या दुकानात तुम्हीही जाता. त्याच्या प्रत्येक हालचालीची माहिती घेऊन, काहीतरी रहस्य शोधण्याचा प्रयत्न करता. पण या दखल घेण्याने तुमच्या वेळेचा विनाकारण अपव्यय होत आहे, हे लक्षात घ्या; कारण तो त्याच्या फावल्या वेळात जे काही करतोय, त्याची तुम्ही मात्र गंभीरतेने दाद घेत आहात.

अगदी त्याचप्रमाणे, तुमचं अंतर्मनही तुमच्या प्रत्येक गोष्टीकडे गंभीरतेने लक्ष देऊन प्रत्येक हालचालीचं निरीक्षण करतं. तुमची प्रत्येक गोष्ट आवश्यक वाटल्याने ते त्यांना छान जुळवून आणतं. मग ती बाब प्रत्यक्षात आवश्यक असो वा अनावश्यक.

बघा, असं आहे तुमचं अंतर्मन. ते तुम्हाला मदत करण्यासाठी किती तत्पर असतं! भविष्यात माणसाला थोडादेखील त्रास होऊ नये, यासाठी ते सर्व गोष्टी कमीतकमी वेळेत शिकून घेतं, सवयी बनवतं. याचाच अर्थ, अंतर्मन मनाचा एक असा मोठा हिस्सा, जो तुमचा अबोल सेवक आहे.

तुमचं अंतर्मन प्रत्येक वेळी तुम्हाला मदत करू इच्छितं; परंतु त्याच्याकडून कोणती, कशी मदत घ्यावी, याबाबत तुम्ही कधी अभ्यासच केला नाही. गमतीची बाब ही आहे, की तुमचं अंतर्मन तुम्हाला मदत करू इच्छितं; परंतु तुम्ही त्याची मदत घ्यायला तयारच नसता. तुमची अवस्था त्या व्यक्तीसारखी आहे, जी संभ्रमात आहे. तिच्या हातात तर

अल्लाउद्दीनचा जादूचा दिवा आहे; पण ती मात्र दिव्याकडे काय मागावं, या संभ्रमात आहे. थोडक्यात, अंतर्मनाकडे काय मागावं, हेच तुमच्या लक्षात येत नाही.

तात्पर्य- अशा सवयी निर्माण करा, ज्या तुमच्या अंतर्मनात खोलवर रुजतील. याचा परिणाम म्हणजे अंतर्मनाच्या मदतीने त्या सवयी तुम्हाला यशस्वी बनवण्यासाठी साहाय्यक ठरतील.

जसं, आपल्या जीवनाचं ध्येय निश्चित करून त्याच्या पूर्ततेसाठी आजपासूनच कार्यारंभ करा. नेहमी आपल्या आदर्शांवर लक्ष केंद्रित करा, जीवनाची काही तत्त्वं बनवून योग्य दिशेने विचार करण्याची सवय अंगिकारा... एक डायरी बनवून तिच्यामध्ये तुम्हाला जे हवंय, ते विश्वासासह निसर्गाला स्पष्ट संकेत देऊन लिहा.

भाग ६

अनावश्यक सवयींपासून मुक्तता

'जे काम करण्याची तुमच्यात योग्यता नाही, ते करण्याची प्रबळ इच्छा ईश्वराने तुम्हाला दिलेलीच नाही.'

– ओरिसन स्वेट मार्डन

मन, अंतर्मन, इच्छा, सवय या सर्व गोष्टी खूप गहन आहेत. त्या समजून घेताच इच्छा आणि इच्छामुक्तीशी संबंधित स्पष्टीकरण मिळू शकतं. त्यामुळे रिकाम्या वेळात जेव्हा तुम्ही एखाद्या विचाराची पुनरावृत्ती कराल, तेव्हा अंतर्मन त्याचं सवयीत रूपांतर करीत आहे, या विचाराने सजग व्हा. सजगता नसेल तर रिकामा वेळ आहे, म्हणून तुम्ही विनाकारण त्याची पुनरावृत्ती कशी करता, हे एका उदाहरणावरून समजून घेऊ.

काही वर्षांपूर्वी जेव्हा व्हीडीओ प्लेअर बाजारात नव्याने आला होता, तेव्हा लोक रात्रभर बसून तीन-तीन, चार-चार सिनेमे पाहायचे; कारण त्यांना त्याचं पूर्ण दिवसाचं भाडं द्यावं लागत असे. तीन तासांत एक सिनेमा पाहा किंवा तीन, व्हिडीओ प्लेअरचं

भाडं मात्र शंभर रुपयेच द्यावं लागायचं; म्हणून या संधीचा फायदा घेण्यासाठी लोक एकाच वेळी तीन-चार चित्रपट पाहायचे. म्हणजे अंतर्मनाने, हे काम लागोपाठ करायचं आहे, असा याचा अर्थ काढला.

लोभापोटी मनुष्य अनावश्यक गोष्टी पुन:पुन्हा करत राहतो. काहीतरी फुकट मिळतंय, म्हणून मनुष्याला जास्त मिळवण्याची हाव सुटते. पण अंतर्मन मात्र 'हे फुकट मिळत आहे' असा विचार करत नाही. याउलट ही सवय त्याच्यासाठी उपयुक्त आहे, असा ते विचार करतं.

जरा विचार करा, बहिर्मनाला कधी विचार करावा लागू नये, यासाठी अंतर्मन तुम्हाला किती मदत करतंय. अंतर्मन इतक्या निष्ठेनं कार्य करतं, की याची तुम्हाला आवश्यकता आहे किंवा नाही? हा प्रश्नच ते कधी विचारत नाही. बघा, किती विश्वासू नोकर आहे हा! किती याची भक्ती! अंतर्मनाचं हे वैशिष्ट्य आपणही शिकलं पाहिजे.

आता तुम्हाला हे ज्ञान मिळाल्यामुळे कोणत्याही गोष्टीची पुनरावृत्ती करण्याआधी तुम्ही स्वतःला सांगू शकाल, 'केवळ रिकामा वेळ आहे, म्हणून मी हे करतोय की याची मला खरोखरच गरज आहे?' मनुष्याच्या जीवनात करण्यासाठी कितीतरी गोष्टी आहेत; परंतु तो त्यांच्याकडे लक्षच देत नाही. तो अनावश्यक कामं करण्यात आपला वेळ वाया घालवतो आणि मनन-चिंतन करण्याचं टाळतो. त्याला वाटतं, 'मी आतापासून मनन का करू? ते करण्यासाठी तर पुष्कळ वेळ आहे!' मग दिसेल त्या गोष्टीमागे तो धावत सुटतो. अशा वेळी स्वतःला प्रश्न विचारा, 'मला हे करण्याची खरोखरच इच्छा आहे का?'

योग्य वेळी योग्य प्रश्न विचारणारे कधी दुःखी होत नाहीत, त्यांना कधी कंटाळा येत नाही. ते वर्तमानात योग्य बीज पेरून आपलं भविष्य उज्ज्वल बनवत असतात.

तुम्हीसुद्धा ही कला शिकून घ्यायला हवी. आपल्या इच्छांचं अवलोकन करा. त्यानंतरच 'अमुक इच्छा ही सवयीतून आली आहे की ती वर्तमानातील गरज आहे?' हे तुम्हाला समजेल. सवयीतून निर्माण झालेल्या इच्छांबाबत सजगता येऊन त्यांची पुनरावृत्ती टाळता आली, तर अंतर्मनाला एक नवीन इशारा मिळेल. सवय मोडण्याचीदेखील सवय लावायची आहे ना! एकदा का तुम्हाला सवय मोडण्याची सवय लागली, तर फावल्या वेळात तुम्ही विचार करू शकाल, 'आपल्याला अशा कोणकोणत्या सवयी लागल्या

आहेत, ज्यांची आता काहीच गरज नाही!'

अनावश्यक सवयींतून मुक्त होण्याची इच्छा मनात जागृत झाली, तर तुम्ही सजग व्हाल आणि अंतर्मनाला तसा संकेत द्याल. समोर दृश्य दिसताच तुम्ही यंत्रवत् कृती करू पाहाल; परंतु आता अंतर्मनाला सजग केलं असल्याने तसं होणार नाही. असं एकदा, दोनदा, तीनदा झाल्यावर ती सवय मोडेल. आता या सवयीची गरज नाही, याची अंतर्मनाला खात्री पटेल. अशा प्रकारे रिकाम्या वेळेचा सदुपयोग होईल. असं होण्यासाठी तुम्हाला हा विषय सखोलपणे समजून घ्यायला हवा; अन्यथा जुन्या चुकांचीच पुनरावृत्ती होण्याची शक्यता वाढेल. परिणामी मनात एकामागोमाग एक इच्छा निर्माण होत राहतील.

इच्छा निर्माण होताच तिची सवय लागते आणि सवयींमुळे इच्छा आपोआप उत्पन्न होतात. इच्छा जागृत होताच सवयीमुळे ती पूर्ण करावी लागते. हे कसं दुष्टचक्र आहे! या दुष्टचक्रात अडकून अनावश्यक सवयींमुळे तुम्ही तुमच्या इच्छा पूर्ण करत राहता. यात तुमचा किती वेळ वाया जातो, हे तुमच्या लक्षातच येत नाही.

मुलगा प्रथम शाळेत जातो. नंतर मोठा झाल्यावर कॉलेजला जातो; परंतु तो लक्ष्यहीन असल्याने कोणत्या सवयी लावून घ्यायच्या व कोणत्या नाही, याबाबत अनभिज्ञ असतो. म्हणून प्रत्येकाच्या जीवनात लक्ष्य असणं गरजेचं आहे. माणसाने जर आपलं लक्ष्य लवकरात लवकर निश्चित केलं, तर अंतर्मनाला तात्काळ प्रशिक्षण देता येईल; अन्यथा जुन्या सवयी मोडून, नवं प्रोग्रॅमिंग करण्यातच मनुष्याचा खूप वेळ वाया जाईल.

आतापर्यंत तुम्ही इच्छा आणि त्या जागृत झाल्यावर काय होतं, हे समजून घेतलं. इच्छा निर्माण होताच दुःख भोगण्याचा कार्यक्रमही तयार झालेला असतो. जणू अंतर्मनात 'दुःख कसं भोगावं?' याचं सॉफ्टवेअर घातलं आहे. मन रिकामं होताच हा प्रोग्रॅम सुरू होतो. 'आजचा दुःखी होण्याचा प्रोग्रॅम काय आहे?' तुमचं अंतर्मन तुम्हाला शब्दांत काही सांगत नाही, मात्र त्याने डोक्यात याची नोंद करून ठेवलेली असते. पण आता तुम्हाला हे सर्व बदलायचं आहे; कारण सवयींमुळे इच्छा जागृत होते, हे ज्ञात झालंय. इच्छा पूर्ण होणं, ती अपूर्ण राहणं अथवा उशिरा पूर्ण होणं... तीनही घटनांमध्ये मनुष्याच्या हाती उरतं, ते केवळ दुःखच!

भाग ७

सवयी मोडण्याची उपयुक्त सवय

'इच्छा यशाचा आरंभबिंदू आहे; मात्र ज्याप्रमाणे
छोट्या आगीपासून कमी आच मिळते, त्याचप्रमाणे
कमजोर इच्छेचे परिणामही कमजोर असतात हे कधी विसरू नका.'

– नेपोलियन हिल

सत्याचा मार्गावर चालताना तुमच्यामध्ये अशी एकही सवय राहू नये, जी तुम्ही रिकाम्या वेळेत लावून घेतली आहे. शिवाय, तुम्हाला न विचारता अंतर्मनाने तिचे पालन केले आहे. म्हणजे तुमच्या अंतर्मनाने तुमच्या परवानगीशिवाय ही सवय लावून घेतली आहे. 'एखादी विशिष्ट परिस्थिती उद्भवेल, तेव्हा मी अमुक गोष्ट करेन' हेदेखील तुम्हाला कधी सांगितलं नाही; पण या साऱ्या अनावश्यक सवयी ध्यानसाधनेद्वारा नाहीशा करता येतील.

ध्यानसाधनेच्या शक्तीमुळे तुम्ही अंतर्मन सांगत असलेल्या गोष्टींवर डोळे झाकून विश्वास ठेवत नाही. तुम्ही त्याला पाहून, जाणणाऱ्याला जाणण्याचा अभ्यास करता; जेणेकरून अंतर्मनाचं प्रोग्रॅमिंग बदलतं. ध्यानसाधनेत अदृश्यात किती महान कार्य होत

असतं, हे तुम्हाला ठाऊक नसतं; परंतु या सर्व गोष्टींपासून अनभिज्ञ असूनही तुम्हाला मुक्तीची जाणीव होऊ लागते. 'असं काहीतरी झालंय, ज्यामुळे आता आपण इच्छांमध्ये अडकत नाही, सवयींच्या अधीन होत नाही,' हे तुमच्या अनुभवास येऊ लागतं; कारण आता आपला संयम वाढला असून, आपण प्रत्येक कार्य संयमाने करतो. त्यानंतरच आपली कृती ही प्रतिक्रियेच्या पातळीवर न राहता क्रिया बनते.

यासाठी तुमच्या सवयीत परिवर्तन व्हावं, म्हणून जो अभ्यास तुम्हाला सांगितला आहे, त्याचा प्रामाणिकपणे सराव करा; अन्यथा लोक विचार करतात, 'जेव्हा मला ही गोष्ट पूर्णपणे समजेल, तेव्हाच ती मी करीन.' अशा प्रकारे अंतर्मन त्याची ही सवयदेखील नमूद करून ठेवतं. अशा वेळी, तुम्हाला जे समजलं नसेल, ते एखाद्या गाडीप्रमाणे पार्किंगमध्ये ठेवण्याची सवय उपयोगी पडते.

'पार्किंगमध्ये ठेवणे' म्हणजे जी गोष्ट समजली नसेल, तिच्याबाबत अनुमान लावत न बसता काम पुढे चालू ठेवणे होय. योग्य वेळ आल्यावर त्याबाबत स्पष्टीकरण मिळतेच; अन्यथा लोकांमध्ये 'समजलं नाही तर कामच करायचं नाही' अशी वृत्ती दिसते. कोणतीही नवीन गोष्ट शिकण्यात हीच वृत्ती बाधा असते.

उपयुक्त सवय

काही गृहिणी असा विचार करतात, 'एखाद्या पदार्थाची पाककृती समजल्यावर मी तो बनवीन,' तर कोणी म्हणतं, 'पुस्तकाचा विषय समजला, तरच मी पुस्तक लिहीन.' अशा वेळी सांगितलं जाईल, 'आधी काम तर सुरू करा. 'समजलं' किंवा 'नाही समजलं' यात अडकून आपला वेळ वाया घालवू नका', म्हणजे 'आधी अमुक काम होऊ दे, मगच मी हे काम करीन', या सवयीच्या अधीन होऊ नका. जरी ती गोष्ट तुम्हाला पूर्णपणे समजली नाही, तरी कामाची सुरुवात तर करता येईल! सत्याचा शोध कसा घ्यायचा, हे पूर्णपणे जरी समजलं नाही, तरीसुद्धा या शोधयात्रेचा आरंभ करा. ही गोष्ट पुस्तक लिहिण्याच्या बाबतीतही लागू पडते. पुस्तकाचा विषय समजण्यामध्ये वेळ न दवडता लिहायला सुरुवात करा. मग तुमच्या शब्दांमध्ये तारतम्य येऊन आपोआप शब्द सुचत जातील.

साधारण टाईपराईटरमध्ये चुकीचा शब्द खोडल्यावर त्याची खूण कागदावर दिसत असे. त्यामुळे चूक झाल्यावर सुधारणा करण्यात अडचण यायची. पण इलेक्ट्रॉनिक

टाईपरायटरचा शोध लागताच लोकांना अत्यानंद झाला, कारण इलेक्ट्रॉनिक टाईपराईटरमध्ये चुकलेले शब्द सुधारण्याची सोय होती, परंतु आज मात्र लोक या गोष्टीचं आश्चर्य करणंच विसरले आहेत; अन्यथा एक छोटासा रेडिओ पाहूनसुद्धा, 'अरे व्वा! या छोट्याशा रेडिओतून कसं काय इतकं मधुर संगीत वाजतं?' याचं आश्चर्य वाटू शकतं. कॉम्प्युटरमुळे तर अनेक गोष्टी सोप्या झाल्या आहेत. पुनःपुन्हा लिहीत बसण्याचीही गरज भासत नाही. जे आधी लिहिलेलं आहे, त्याचाही उपयोग करता येऊ शकतो.

त्याचप्रमाणे 'ज्ञानाच्या गोष्टी समजत नसल्याने मी श्रवण करणार नाही', 'ध्यान करण्याचा काही लाभ होत नसल्याने मी ध्यान करणार नाही', 'मनन कसं करायचं हे समजत नसल्याने मी मनन करणार नाही'... अशा सवयींना कदापि बळी पडू नका. आता मनन करा, ही बाब केवळ ध्यान, ज्ञान, मनन, आत्मपरीक्षण यांसाठीच लागू पडते का? नाही... मनुष्याच्या कोणत्याही सवयीचा शारीरिक, मानसिक, सामाजिक, आर्थिक, आध्यात्मिक अशा जीवनातील सर्व स्तरांवर परिणाम घडत असतो.

आधी थोडं कार्य केलं, मग केलेल्या कार्यावर मनन-चिंतन करून पुन्हा थोडं कार्य केलं आणि शेवटी पुन्हा एकदा मनन केलं... ही सवय आत्मसात करताच नवनिर्मिती होते; पण दुर्दैवाने लोकांमध्ये ही सवय नसते, ही खेदाची बाब आहे. जगात ९०%हून अधिक लोकांमध्ये ही सवय नसल्याने अशी कितीतरी कार्ये अपूर्ण राहिली आहेत, जी पूर्ण होऊ शकली असती. 'कोणीतरी याचा अभ्यास करून हे सोपं बनवेल. मग आम्हाला सांगेल... त्यानंतर आम्ही आपलं काम सुरू करू.' अशा अपेक्षेने लोक वाट बघत बसतात. जगात केवळ १० टक्केच लोक असे आहेत, जे कामाला सुरुवात करतात, म्हणून इतर लोकही त्यांना मदत करू लागतात; परंतु सुरुवात करतानाच एखादी गोष्ट समजली नसतानादेखील कार्यारंभ करण्याची सवय लावून घ्यायची आहे, कारण या सवयीतूनच इच्छा जागृत होते आणि कार्यारंभ करणं हेच पहिलं पाऊल आहे.

म्हणून आपल्या शुभइच्छेला बळ देऊन तिला सत्यसेवेसाठी निमित्त बनवा. मग ही शुभइच्छा तुमच्या सत्यप्राप्तीमध्ये तुम्हाला साहाय्य करेल. शुभइच्छेच्या प्रभावामुळे जर तुम्ही चांगल्या सवयी आत्मसात केल्या, तर तुमचं अंतर्मनदेखील पूर्ण शक्तीनिशी तुमच्या सेवेत तुमच्यासाठी साहाय्यक ठरेल. तुम्ही जितके सजग व्हाल, तितकं तुमचं अंतर्मन क्रियाशील होत जाईल.

भाग ८

अंतर्मन व बाह्यमनातील समन्वय

'जिंकण्याची इच्छा असणं,
हीच जिंकण्याची पहिली अट होय.'

– फर्डीनन्ड फोक

तुमचं अंतर्मन म्हणजे तुमचा आज्ञाधारक सेवक आहे, हे आपण जाणलंच. पण केवळ अज्ञान आणि बेहोशीमुळे, डोळे झाकून काम करण्याच्या सवयीमुळे ते तुम्हाला संकटात लोटू शकतं, याचं भान ठेवायला हवं.

जसं, एका राजाच्या गोष्टीत माकडाने माशी मारण्याच्या प्रयत्नात राजाचे नाक कापले. अशी तुमची स्थिती कदापि होऊ नये; म्हणून योग्य-अयोग्य काय हे समजण्याची बुद्धी विकसित व्हायला हवी.

यासाठी बहिर्मन व अंतर्मन या दोघांत ताळमेळ असणं आवश्यक आहे. यासाठी ध्यानाच्या वेळेस स्वतःलाच 'हू आर यू?' (तू कोण आहेस?) हा प्रश्न विचारला पाहिजे. उत्तर जे काही

येईल, ते येऊ दे. मग सर्व गोष्टी प्रकाशात येतील.

कुटुंबात जेव्हा पती, पत्नी आणि मुलं एका मंचावर येऊन चर्चा करतात, तेव्हा त्यांना परस्परांची विचारपद्धती आणि गरजांची जाणीव होते. त्याचप्रमाणे अंतर्मन आणि बहिर्मन जेव्हा एका व्यासपीठावर येऊन चर्चा करतील, तेव्हा जुन्या सवयी बदलून, नव्या बनतील.

पृथ्वीवरील जीवनात आपण ज्या इच्छा बाळगतो, तशीच दृश्यं मृत्यूनंतरच्या जीवनात निर्माण होतात, म्हणून आपल्याकडून बाह्यशरीराला समोर ठेवून बनवले गेलेले दृश्य तर अजिबात निर्माण होऊ नये. तुम्ही बाह्यशरीराबरोबर आनंदाचं जे समीकरण बनवता, त्याला मृत्यूनंतरच्या जीवनात काहीच किंमत नसते. पैशांतच आनंद मानणारा मनुष्य मृत्यूनंतरच्या जीवनातही पैसा जमा करण्याचाच विचार करत बसेल. वास्तविक, तिथे करण्यायोग्य अशी कितीतरी रचनात्मक कार्ये आहेत.

पृथ्वीवरील जीवनातच हे रहस्य जर कोणी जाणून घेतलं, तर त्याच्यासाठी हाच स्वर्ग असतो. आता जो स्वर्गात आहे, तोच समजू शकतो, की समोरचा नरकात आहे. पण समोरचा म्हणेल, 'मी तर खूप आनंदात आहे. माझ्या चहूबाजूला नोटांचे गठ्ठे ठेवलेले आहेत. मी तर स्वर्गातच विहार करतोय.' तेव्हा केवळ उच्च अवस्थेत राहणाराच समजू शकतो, त्या बिचाऱ्याची काय अवस्था आहे! आज ज्या पैशांसाठी त्यानं सत्य पणाला लावलं आहे, त्या पैशांना तर मरणोत्तर जीवनात काहीच किंमत नाही. तात्पर्य, ज्यांच्या जीवनाचे मूल्य केवळ पैशांसंबंधित आहे, ते बाह्यगोष्टींमध्ये अडकून सत्यापासून दूर जाऊ शकतात.

स्वर्ग आणि नरक या कल्पनेतून बाहेर या

पुराणात सांगितलेल्या स्वर्ग आणि नरकाच्या कल्पना आजही माणसाच्या डोक्यात मूळ धरून बसल्या आहेत. लोकं जुन्या समजुतींमध्ये राहून स्वर्गाची कल्पना करतात. जसं, स्वर्गात दुधाच्या नद्या वाहतात... तेथे पऱ्या असतात... परंतु तो तर नरक आहे. वास्तवात पाहिलं तर हा किती मोठा भ्रम आहे. जो नरक माणसाला स्वर्गासारखा भासतोय, तो कोणत्या प्रवृत्तीच्या माणसांनी बनला असेल, ही विचार करण्याजोगी बाब आहे.

जे पार्ट-टूमध्ये (मृत्यूनंतरचं जीवन) गेले, त्यांनी तेथे खूप काही निर्माण केलं. पण ऐकणाऱ्याला वाटेल, खरोखरच स्वर्गात दुधाच्या नद्या वाहतात. वास्तवात,

पृथ्वीवरील स्थूल शरीराला दुधाची आवश्यकता असते. मृत्यूनंतरच्या जीवनात स्थूल शरीर नाही तर तिथे दुधाची गरजच काय? सूक्ष्म शरीराला कॅल्शियम वगैरेंची गरजच नसते. स्थूल शरीराच्या दृष्टीने दुधाच्या नद्या वाहणं म्हणजे स्वर्ग. प्रथम वाटेल, 'आहाहा! काय हा स्वर्ग बनवला आहे. दुधाच्या नद्या वाहत आहेत, ज्यात स्नान केल्यावर त्वचा निर्मळ होईल,' परंतु वास्तवात तो तर नरक आहे. तुम्ही स्वतःला जाणाल, तेव्हा हे गूढ रहस्य तुम्हाला समजेल.

स्वतःला जाणल्यावरच मृत्यूनंतरचं जीवन जाणता येईल; कारण अज्ञानामुळे लोकांनी 'स्वर्ग असा-असा असतो' असं सांगून स्वर्ग-नरकाचं चित्र बनवून बेधडकपणे विकलंही आहे. आता जरा विचार करा, ज्यांनी नरक बनवला, ते लोक कशा प्रकारच्या वृत्तीमध्ये अडकले असतील? कारण, त्यांनी लोकांना तेच उद्दिष्ट दिलं. मात्र त्याचा परिणाम असा झाला, की लोक आज स्वर्ग-नरकाची कल्पना करून, 'अमुक अशा जागी जायचं आहे आणि अमक्या जागेपासून दूरच राहायचं आहे,' अशी इच्छा बाळगतात.

भाग १

आखिर किस ख्वाहिश पर दम निकले

‘इच्छा हेच सर्व दुःखांचे मूळ आहे’

– बुद्ध

इच्छा अनेक प्रकारच्या असतात. कोणत्या वेळी कोणती इच्छा निर्माण झालीय, हे जाणण्यासाठी प्रथम इच्छा म्हणजे काय, हे समजून घेणं आवश्यक आहे. अमुक एक इच्छा स्थूल शरीराची आहे की सूक्ष्म शरीराची? स्वतःला काय मानून तुम्ही इच्छा बाळगली आहे? स्वतःला शरीर मानून, की स्वतःच्या असली अस्तित्वाला जाणून? तुमची एखादी इच्छा तेजइच्छा आहे, शुभइच्छा आहे, की व्यक्तीची (अहंकाराची) इच्छा आहे, यांमधील फरकाची पारख करणं आवश्यक असतं.

‘हर ख्वाहिश पर दम निकले’ ही प्रसिद्ध शायरी तर तुम्ही ऐकलीच असेल. पण ती ऐकताना असा प्रश्न पडायला हवा, की ‘अशी कोणती इच्छा आहे जिच्यामुळे स्वर्गप्राप्ती होईल?

जिच्यामुळे आपण चेतनेच्या सातव्या स्तरावर अभिव्यक्ती करू? अशी कोणती इच्छा आहे, जी शरीराच्या मृत्यूनंतरही मूळ लक्ष्याच्या वाटेवर पुढे नेईल? आखिर किस ख्वाहिश पर दम निकले?'

या गोष्टी समजताच तुम्ही म्हणाल, 'माझी इच्छा पूर्ण होवो अथवा न होवो, पण प्रक्रियेत ईश्वरीय इच्छा पूर्ण व्हायला हवी.' मग तुम्हाला इतर काही करण्याची गरजच भासणार नाही. तात्पर्य, ज्ञान प्राप्त केलेली व्यक्ती, 'जे काही होत आहे, त्यात ईश्वराचीच इच्छा पूर्ण होणार आहे,' हे समजून प्रत्येक घटनेचा स्वीकार करेल; म्हणून कोणत्याही प्रकारचा प्रतिरोध न करता शुभइच्छेला बळ देत राहा. ईश्वराची आणि आपली इच्छा एकच आहे, असं समजल्याने तुम्ही सकारात्मक गोष्टींना खेचणारा चुंबक बनून प्रत्येक क्षणी आनंदात राहाल.

आज तुमच्या आयुष्यात जे काही चाललं आहे, त्याचा विनाअट स्वीकार करा; पण हे करताना तुम्ही कोणत्या गोष्टींची पुनरावृत्ती करत आहात, याबाबत सजग राहा. कारण **'ज्या गोष्टींची तुम्ही पुनरावृत्ती करता, त्या सवयीमध्ये रूपांतरित होतात. मग तुमचं अंतर्मन त्या पूर्ण करण्यासाठी तुम्हाला सहयोग करत राहतं.'** म्हणून सर्वप्रथम हे निश्चित करा, 'आता मी कोणतीही कृती करताना सजग राहीन. माझं अंतर्मन तेच शिकेल, ज्याची मला भविष्यात गरज आहे.'

अशा प्रकारे आरोग्यसंपन्न राहण्यासाठी मनाला सवय लावावी लागते, ती आत्मसात कराल, तर नक्कीच निरोगी राहाल. आनंदी राहण्यासाठीदेखील सवय आत्मसात करावी लागते, जी अंगिकारताच मनुष्य खूष होतो. तुमचं अंतर्मन तर तुम्हाला बोनस म्हणून आनंद देत राहील. तुम्हाला स्वतःला जाणल्याचा आनंद तर मिळतच राहील, पण त्याचबरोबर अंतर्मन तुम्हाला स्वतःहून आनंद प्रदान करेल; कारण आता तुम्हाला नेहमीच खूष राहण्याची सवय लागली आहे. किती सुंदर व्यवस्था आहे ही! जितकं मनन कराल, तितके आश्चर्यचकित व्हाल. या गोष्टी तुम्हाला ऐकायला आणि वाचायला मिळत आहेत, हीदेखील एक कृपाच आहे; अन्यथा कित्येकांना त्यांच्यावर बरसणाऱ्या कृपावर्षावाची जाणीवच नसते.

जसं, मृत्यूशय्येवर असलेल्या माणसाला तुम्ही सांगितलं, 'काकांनी तुझ्या नावावर दहा कोटींची संपत्ती ठेवली आहे, याची तुला कल्पना तरी आहे का?' तेव्हा तो बिचारा

म्हणेल, 'आता तर मी मरणार आहे आणि तुम्ही हे काय सांगताय? ही गोष्ट सांगितलीच नसती, तर किती बरं झालं असतं!' तुमच्यावर कृपा झालीय, हे तुम्हाला खूप आधीच कळतंय, ही किती चांगली गोष्ट आहे!

प्रस्तुत पुस्तक तुमच्या हातात आहे, म्हणून तुम्ही पठण-मनन करून त्याचा लाभ घेत आहात.

भाग १०

इच्छामुक्ती ध्यान

इच्छा-मुक्ती-ध्यान करण्यासाठी ठराविक शारीरिक स्थिती, ठिकाण किंवा आसनाची आवश्यकता नसते. उठताना, बसताना, चालताना वा फिरतानादेखील हे ध्यान करता येते. तरीसुद्धा जोपर्यंत तुम्ही यात निपुण होत नाही, तोपर्यंत ध्यान करण्याची एक निश्चित वेळ मनात ठरवून घ्यावी.

आता खाली दिलेल्या सूचनांनुसार दररोज याचा अभ्यास करा.

१. इच्छा-मुक्ती-ध्यान करताना तुम्ही कोणतंही काम, कृती करत असाल, तर ती तशीच चालू ठेवा. तुम्ही खाली बसलेले असाल तर तसेच बसून राहा, उभे

कशी मिळेल इच्छांपासून मुक्ती

असाल तर उभेच राहा, चालत असाल तर चालतच राहा.

२. आता इच्छांबाबत तुमची जागरूकता वाढली आहे, याचा अनुभव घ्या. मनात येणाऱ्या इच्छांकडे केवळ साक्षीभावाने पाहत राहा.

३. तुम्ही जर बसलेले असाल, तर मनात 'चला उठून उभे राहू या,' अशी इच्छा निर्माण होऊ शकते. तेव्हा ताबडतोब जागरूक होऊन जाणा, 'अरे! आता उभं राहण्याची इच्छा निर्माण होत आहे,' म्हणून उभं राहण्याऐवजी म्हणा, 'मी प्रत्येक इच्छेतून मुक्त आहे... मी स्वतंत्र आहे...'

४. तुम्ही चालताना 'थोडा वेळ थांबू या' अशी इच्छा होईल; परंतु लगेच जागरूकता येईल, की आता थांबण्याची इच्छा झाली आहे. मग थांबण्याऐवजी म्हणा, 'थांबण्याच्या इच्छेतून मी मुक्त आहे... मी स्वतः मुक्ती आहे...'

५. तुम्ही जर डोळे बंद करून ध्यान करत असाल, तर थोड्या वेळाने 'डोळे उघडून पाहू या' अशी इच्छा होईल. तेव्हा आता डोळे उघडण्याची इच्छा जागृत झाली आहे, हे समजेल. मग स्वतःला सांगा, 'मी या इच्छेतून मुक्त होत आहे... मी स्वतः मुक्ती आहे....'

६. तुम्हाला जर खोलीबाहेर काही आवाज ऐकायला आले, तर 'थोडं बाहेर जाऊन बघू या' अशी इच्छा जागृत होईल; पण आता मात्र तुम्ही ताबडतोब सावध व्हाल, 'अरे, ही तर बाहेर जाऊन काय चाललंय हे पाहण्याची इच्छा आहे.' तेव्हा स्वतःला सांगा, 'यावेळी ही इच्छा पूर्ण करायची नाही; कारण मी प्रत्येक इच्छेतून मुक्त आहे... मी स्वतः मुक्ती आहे....'

७. अशा प्रकारे स्थूल इच्छा तुमच्या लक्षात येताच सूक्ष्म इच्छादेखील पकडता येतील. हळूहळू तुमची संवेदनशीलता वाढत जाऊन कोणत्या सवयींमुळे कोणत्या इच्छा निर्माण होतात, हेही तुम्हाला समजेल.

८. अशा प्रकारे, प्रत्येक वेळी केलेल्या प्रयोगानंतर अंतर्मनातील इच्छा जाणणं शक्य होतं.

९. हे ध्यान करत असताना, जेव्हा-जेव्हा मनात इच्छा निर्माण होतील, तेव्हा लगेचच स्वतःला सांगा, 'मी या इच्छेतून मुक्त आहे... मी मुक्ती आहे...'

१०. थोड्या वेळेसाठी इच्छांमधून मुक्त होताच जास्त वेळेसाठीही मुक्त होण्याची शक्यता वाढेल.

११. अशा प्रकारे दररोजच्या अभ्यासामुळे हळूहळू तुमच्याकडून इच्छांच्या प्रति असलेल्या आसक्तीवर प्रहार होईल. परिणामी, इच्छांना त्वरित ओळखून, त्या लगेचच पूर्ण करण्याच्या सवयीवरचं तुमचं नियंत्रण वाढेल.

१२. आता असा अनुभव करा, तुमची संवेदनशीलता वाढत आहे, इच्छांप्रति असलेली तुमची आसक्ती सुटत आहे, मुक्ततेची जाणीव वाढत आहे. आता मुक्तीची इच्छादेखील बाधा बनत नाही.

१३. प्रत्येक इच्छेवर तुम्ही स्वतःला स्मरण द्याल, 'मी मुक्त आहे, खरी मुक्तता माझ्याच अंतर्यामी आहे, बाहेर फक्त तिचं प्रकटीकरण होत आहे.'

१४. ध्यानातून उठल्यानंतर सहज मनाने तुम्ही जे कार्य करत होता, ते करत राहा. या ध्यानाचा निरंतर अभ्यास करा.

ध्यानाचे लाभ

या ध्यानाचे अनेक लाभ आहेत. इच्छांची इच्छा ठेवण्याच्या सवयीतून माणसाची सुटका होते. इच्छांची इच्छा ठेवल्याने मन इच्छा केल्याशिवाय एक क्षणभरही राहू शकत नाही, हे लक्षात येईल. या ध्यानामुळे तुमचं लक्ष इच्छांवरून दूर होऊन, वर्तमानात स्थिर होतं. मन हे एक इच्छाधारी सापाप्रमाणे आहे, जे सतत रूप बदलत असतं. इच्छामुक्ती ध्यानामुळे तुमची इतकी तयारी होऊ शकते, की दिवसभर जर तुम्हाला या ध्यानामध्ये बसवलं, तर इच्छांचे दर्शन करता-करता तुम्ही मुक्त अवस्थेत राहू शकाल.

खंड २
तेजइच्छा - चेतना आणि निवड

'ज्या सवयी आज स्वातंत्र्यासमान भासतात,
त्या गुलामी आहेत, हे वास्तव लक्षात येण्यासाठी
गुलामी आणि स्वातंत्र्य यांची
योग्य ओळख असणं आवश्यक आहे.'

भाग ११

डी.पी.एस. मनन मार्ग

'इच्छा जर घोडा असती तर
प्रत्येक मनुष्य घोडेस्वार बनला असता.'

– एक म्हण

इच्छा कुठे, केव्हा आणि कशा जागृत होतात? तुमच्या आयुष्यात त्या इच्छांमुळे कोणाला निमंत्रण मिळते, दुःखाला, सुखाला की तेजआनंदाला?

तुम्ही जर तुमच्या आयुष्यात हे सर्व खोलवर पाहू शकलात, तर तुमच्या सर्व समस्या एकसाथ विलीन होतील. त्यानंतर तुम्ही अशी मागणी कराल, 'आता माझ्या मनात पृथ्वी लक्ष्यानुसार त्याच इच्छा उत्पन्न व्हाव्यात, ज्या तेजइच्छा आहेत.'

तेजइच्छा जागृत करण्यासाठी मनुष्य प्रतिज्ञा करून स्वतःलाच सांगतो, 'मेरा दिल है तेजस्थानी.' म्हणजेच हृदयातून तीच इच्छा उत्पन्न झाली पाहिजे, जी तेजइच्छा जागृत करेल. तेजइच्छा निर्माण झाल्यानंतर तुम्ही असं जाहीर करू शकाल की,

'आता शरीराचा आदर करू, पण गुलामी नाही.' कोणताही निर्णय घेताना जेव्हा एखादी इच्छा निर्माण होईल, तेव्हा तुम्ही स्वतःला तुमच्या वरील घोषणेची आठवण करून देऊ शकाल. **योग्य वेळी योग्य शब्द आठवल्यामुळे योग्य निर्णय घेण्याची शक्यता वाढत जाते.**

माणसाच्या मनात अनेक प्रकारच्या इच्छा निर्माण होत असतात. एखाद्या देशातील नागरिकांची सामूहिक इच्छा ही त्या देशाची इच्छा समजली जाते. समजा, एकाच वेळी संपूर्ण देशाला, प्रांताला कंटाळा येऊ लागला, तर तेथील लोकांच्या मनात कशा प्रकारच्या इच्छा उत्पन्न होतील? वेगवेगळ्या देशांमध्ये जे काही निर्माण होत आहे, ते म्हणजे तेथील लोकांच्या मानसिक अवस्थेचं प्रतीक.

एक मनुष्य विचार करतो, 'मी एक असं हॉटेल बनवीन, जे आजपर्यंत कुणीही पाहिलं नसेल. समुद्राच्या आतमध्ये किंवा आकाशात तरंगतं हॉटेल बनवीन... ते पाहून सारं जग आश्चर्याने थक्क होईल. त्या हॉटेलमध्ये देशातील प्रतिष्ठित आणि श्रीमंत लोकच येतील.' ही इच्छा त्या व्यक्तीची समज दर्शवते. त्यामुळे ती व्यक्ती लोकांच्या कोणत्या गरजा लक्षात घेऊन पूर्ण करू इच्छिते आणि त्याद्वारे ती स्वतःची कोणती गरज पूर्ण करत आहे, हे समजतं.

तेजइच्छा पूर्ण करा

वास्तवात लोकांच्या बाह्य, भौतिक गरजा पूर्ण करण्यासाठी लाखो-करोडो लोक बसलेले आढळतात. तुम्ही त्या गरजांकडे लक्ष देऊ नका. तुम्ही त्यांच्या अशा गरजा पूर्ण करा, ज्यावर कोणीही विचार करत नाही. पुष्कळदा लोक स्वतःच्या गरजांबाबत मात्र अनभिज्ञ असतात; कारण स्वतःच्या खासगी इच्छांच्या ढिगाखाली तेजइच्छा नेहमीच दबून जाते.

दिखावटी सत्य म्हणजे अशी बाब, जी केवळ सत्याचा आभास निर्माण करते; पण ती सत्य नसते. आजूबाजूला सुरू होणारी नवी थिएटर्स, मॉल्स, हॉटेल्स बघून माणसाला वाटतं, 'मीदेखील असंच काही निर्माण करीन!'

याच इच्छांखाली सर्वांत महत्त्वाची असलेली मूळ इच्छा, तेजइच्छा दबून जाते. समज वाढेल, तेव्हा तुम्ही कधीच दिखावटी सत्यासमोर तेजइच्छा दबू देणार नाही; अन्यथा डी.एस. म्हणजे दिखावटी सत्यामध्ये तेजइच्छा कुठल्याकुठे दबून जाते. याउलट

डी.पी.एस. म्हणजेच 'डिव्हाईन प्लान सत्या'च्या मननाने तेजइच्छा जागृत होते.

म्हणून दिखावटी सत्याबरोबर 'पी'ला आमंत्रित केलं, तर ते बनेल डी.पी.एस. म्हणजे 'डिव्हाईन प्लान सत्य.' हे दृष्टोत्पत्तीस आल्यामुळे जीवन सहज, सुंदर आणि शक्तिशाली बनेल.

डिव्हाईन प्लान सत्याच्या मननामुळे तेजइच्छा जागृत होते. यासाठी सतत स्वतःला या ओळीचं स्मरण करून द्या, 'डी.एस.मध्ये तेजइच्छा दबली जाते, डी.पी.एस. (डिव्हाइन प्लान सत्य) मननामुळे तेजइच्छा जागृत होते.'

तेजइच्छा निर्माण होण्यासाठी, इच्छा निमित्त आहे. इच्छा निर्माणच यासाठी होते, कारण ती केवळ निमित्तमात्र आहे. विश्वात बनलेल्या या अत्यंत सुंदर व्यवस्थेपासून मनुष्य मात्र अनभिज्ञ आहे. समोर येणाऱ्या घटनेमागे नेमका कोणता उद्देश आहे, हे त्याला कळतच नाही. म्हणून तो परिस्थितीला विरोध करत राहतो. पण यामागील दिव्य उद्देश ध्यानात येताच तो दुःखमुक्त होऊ लागतो.

भाग १२

दुःखद मान्यकथांतून मुक्ती

‘प्रबळ इच्छेचा अर्थ आहे; लक्ष्य बनवणे, मग त्या लक्ष्यापर्यंत पोहोचण्यासाठी कार्य-योजना बनवणे आणि त्यानंतर, जोवर ते लक्ष्य प्राप्त होत नाही, तोपर्यंत ते कार्य करत राहणे. सर्वांत महत्त्वाचे तत्त्व आहे, कार्यमग्न राहणे’

- मायकेल हैन्सन

आयुष्यातील दुःखांमागे कोणतं सत्य दडलेलं आहे, हे न समजल्यामुळेच लोक त्याला दुःखाचं नाव देतात. खरं तर ते दुःख नसतंच मुळी. दुःख म्हणजे अशी अवस्था, जिची यथार्थ परिभाषा, परिपूर्ण व्याख्या आजवर कोणीही सांगितलेली नाही. वास्तविक, दुःख म्हणजे केवळ एक संदेश असतो. एखादा मनुष्य जेव्हा आनंदापासून दूर जातो, तेव्हा त्याला पुनःश्च आनंदाची आठवण करून देण्यासाठी दुःखामार्फत हाक मारली जाते.

व्यक्तीचा अहंकार केव्हा आणि कोणत्या गोष्टीवरून जागृत होतो, हे तिला समजत नसल्याने ती दुःखी होते. अशा वेळी दुःख त्या व्यक्तीला हाक मारून बोलावतं, ‘पुन्हा आपल्या जागेवर येऊन शांतीशी एकरूप हो.’

‘आता आयुष्याच्या गाडीत पेट्रोल भरण्याची वेळ आली

आहे,' हे सांगण्यासाठी तर दुःख येत असतं. म्हणजेच, 'सत्यश्रवण करून समजरूपी पेट्रोल भरायचं आहे.' दुःख म्हणजे असा प्रतिसाद, जो मानवी मनाची अवस्था कशी आहे, आतमध्ये नेमकी कोणती खळबळ सुरू आहे, हे सांगत असतो.

आता कल्पना करा, तुमची मनोवस्था अचूकपणे सांगणारं मशीन तयार करण्यात आलं, तर तुम्ही कराल? तुम्ही प्रत्येक सूक्ष्म मनोवस्था वर्णन करू शकणारी अशी अनेक मशीन्स बनवाल.

अद्‌भुत घड्याळाचं निर्माण

तुमच्या मनात चाललेली चलबिचल सांगणारं एखादं घड्याळ निर्माण झालं, तर तुमच्यासाठी मनाच्या अवस्था ओळखणं किती सहज होईल!

घड्याळ जर वेळेच्या मागं चालत असेल, तर ते स्वतःच सांगेल, 'मला उशीर झाला आहे' आणि जर पुढे चालत असेल तर म्हणेल, 'मी वेळेच्या पुढे चालत आहे. म्हणजेच माझ्यामध्ये काहीतरी बिघाड झाला आहे, तेव्हा तुम्ही लगेच हे दुरुस्त करून घ्या. मी फक्त सांगायचं काम केलंय, आता पुढे तुमची जबाबदारी.' तुम्ही जर वेळेच्या मागं चालणाऱ्या घड्याळावर अवलंबून राहाल, तर तुमचं कोणतंही काम वेळेवर पूर्ण होणार नाही; कारण तुम्ही तुमचं घड्याळ वेळेबरोबर जुळवलं नाही.

ही तर एक कल्पना आहे; पण अशा नव्या, विलक्षण घड्याळाची खरोखरच निर्मिती झाली, तर तुम्हाला किती छान वाटेल!

तात्पर्य, जी गोष्ट या काल्पनिक घड्याळाची तीच दुःखाची. दुःख तुम्हाला वेळोवेळी संकेत देत असतं, की तुमच्या अंतर्यामी दुरूस्तीची आवश्यकता आहे की नाही?

मान्यकथांकडे पाहायला शिका

घड्याळाची बॅटरी संपताच तुम्ही काय करता? तुम्ही ती त्वरित बदलता. मग तुमचं घड्याळ पूर्वीप्रमाणे सुरू होतं आणि याचं तुम्हाला किती समाधान वाटतं! आपलं शरीरसुद्धा हेच काम करत असतं. दुःख, तणाव, निराशा किंवा कंटाळा... अशा नकारात्मक भावना म्हणजे आपल्या शरीररूपी घड्याळातील चेतनारूपी ऊर्जास्रोत (बॅटरी) निम्न स्तरावर गेल्याचं प्रतीक. वास्तविक, या दुःखद भावना तुमच्याशी संवाद साधत असतात, 'तुमच्या शरीरात काहीतरी चुकीचं सुरू आहे. काही चुकीच्या मान्यकथा बनत आहेत, ज्या तुमच्या अंतरंगात खरखर उत्पन्न करत आहेत; म्हणून अशा सर्व

नकारात्मक भावना आणि विचारांशी संवाद साधून त्या सत्य आहेत का, त्यांच्यात खरोखरच काही तथ्य आहे का, हे जाणून घ्यायला हवं.'

तुम्ही केवळ कचऱ्यावरून नजर फिरवलीत आणि कचरा साफ झाला अशी व्यवस्था बनली तर! एखाद्या गृहिणीला जर सांगितलं, 'तू फक्त कचऱ्याकडे पाहिलंस तर तो साफ होईल, केवळ तुझ्या नजरेनेच हे काम होईल,' तर ती किती खूष होईल! थोडक्यात, तुम्ही जेव्हा दुःखद मान्यकथांकडे सजग होऊन पाहायला शिकता, तेव्हा विचारांतील अनावश्यक कचरा नाहीसा होऊ लागतो. मग तुमच्या शरीराकडून संदेश मिळतो, 'काम झालं, कचरा साफ झाला!' अंतरंगातून हा सकारात्मक सिग्नल येताच आनंदाचा गजर होतो... मनुष्याला जीवनात आणखी काय हवं असतं! पण गंमत म्हणजे, मानवी शरीरामध्ये मुळातच या सर्व व्यवस्था आहेत, परंतु तो त्यांचा आनंद घेऊ शकत नाही. मान्यकथांकडे सजगतेने पाहण्याची दृष्टी नसल्याने मनुष्य अपूर्णत्वाच्या भावनेने व्याकुळ होतो.

दिखावटी सत्य पाहून तो इच्छांच्या चक्रात अडकून बसतो. एक तर तो भविष्याच्या चिंतेने ग्रस्त असतो किंवा त्याच्या मानगुटीवर भूतकाळाचं ओझं असतं. 'भविष्यात असं होईल... तसं होईल' किंवा 'माझ्याबाबतीतच असं का झालं? तसं का झालं?' अशा नकारात्मक मनोकल्पनांत त्याचा वेळ, ऊर्जा नाहीशी होते. खरं तर अशा वेळी स्वतःला प्रश्न विचारला पाहिजे, 'मन भविष्यात का राहू इच्छितं? कोणत्या इच्छा आणि आशा मनाला भविष्यात घेऊन जात आहेत? अथवा असा कोणता पश्चात्तापाचा अग्नी आहे, जो त्याला वारंवार भूतकाळात मागे ओढतोय?'

बऱ्याचदा मनुष्य कोणती ना कोणती इच्छा मनात दाबून ठेवतो, मग त्या इच्छापूर्तीसाठी त्याला भविष्यात रमायला आवडतं; तर बऱ्याचदा भूतकाळात अशी एखादी घटना घडलेली असते, जिच्यामुळे त्याला पश्चात्तापाच्या आगीत जळत राहायला आवडतं. प्रत्येक क्षणी वर्तमानात राहण्यासाठी कोणती समज हवी, हे मात्र त्याला ठाऊकच नसतं. वर्तमान आणि भविष्य ज्या बिंदूवर जोडले जातात, त्या बिंदूला 'काळ' म्हणायचे की नाही, हेही त्याला माहीत नसतं. भूत आणि भविष्य यांना काळ म्हटलं जातं आणि त्याच मोजपट्टीवर तुम्हाला काही समजतं. पण दोन्हींच्या मध्ये असलेला वर्तमान तर 'काळाच्या पलीकडे' आहे. भूत आणि भविष्य जिथे जोडले जातात, तिथे अंतर, समय नाही, वर्तमान दोहोंच्या पलीकडे आहे.

वर्तमानात राहण्याची कला शिकण्यासाठी गरज आहे सत्य श्रवण, मनन, पठण, लेखन यांच्या निरंतर अभ्यासाची...

भाग १३

अतेज इच्छांना तडीपार करा

'दुसऱ्यांबद्दल सदिच्छा असणे, हा सर्वांत शक्तिशाली चुंबक आहे; जो इतरांच्या सद्भावना आपल्याकडे खेचून आणतो'

– लॉर्ड चेस्टरफील्ड

अतेज इच्छा म्हणजे आनंदापासून दूर नेणाऱ्या आणि निराशेचे कारण बनणाऱ्या इच्छा. अशा अतेज इच्छांमध्ये मनुष्य का अडकतो, हे जाणण्यासाठी वर्तमानात येऊन आत्मनिरीक्षण करा, 'वेगवेगळ्या ठिकाणी आणि परिस्थितीत माझ्या मनात कोणकोणत्या इच्छा जागृत होतात?'

'देश तसा वेश' या उक्तीनुसार माणसामध्ये नवनव्या इच्छा निर्माण होत राहतात. देशातील लोकांच्या इच्छेचा संपूर्ण देशावर मोठ्या प्रमाणावर परिणाम घडत असतो. काही देशांतील लोक जास्त लठ्ठ, तर काही देशांतील लोक जास्त कंटाळलेले असतात; म्हणून तेथील लोकांचा मनोरंजनाकडे जास्त कल असतो. आता तुमच्या लक्षात येईल, प्रत्येक देशात वेगवेगळ्या इच्छा निर्माण

कशी मिळेल इच्छांपासून मुक्ती

होण्यामागे काही ना काही कारण अवश्य असतं, म्हणून तुम्ही स्वतःला विचारा, 'माझ्या देशात, माझ्या शरीरात, माझ्या मनात कोणत्या इच्छा उत्पन्न होत आहेत? एखाद्या सत्यशोधकाच्या मनात निर्माण व्हाव्यात, तशा त्या इच्छा नसतील, तर त्यांच्यात अडकल्याने मी माझ्या मूळ लक्ष्यापासून दूर तर जात नाहीए ना?' ही सजगता तुम्हाला विनाकारण उत्पन्न होणाऱ्या इच्छांपासून मुक्ती देईल.

सत्यमार्गावर पुढे जाणारे लोक आरंभी म्हणतात, 'माझ्या मनात खूप कमी इच्छा आहेत', पण जेव्हा ते आपल्या इच्छांवर मनन करतात, तेव्हा त्यांना समजतं, की प्रत्येक क्षणी 'असं हवं... तसं होऊ नये', अशा इच्छा मनात निर्माण होत असतात. काही लोकांमध्ये 'असं व्हावं', अशा इच्छा जास्त, तर काही लोकांमध्ये 'असं होऊ नये' किंवा 'असं झालं नसतं तर किती छान झालं असतं', या इच्छा प्रबळ असतात. काही लोकांमध्ये दोन्ही प्रकारच्या इच्छा असतात. एका क्षणी हे तर दुसऱ्या क्षणी ते. अशा प्रकारे इच्छांसमवेतच ते पुढे जातात. त्यावेळी त्यांनी इच्छामुक्तीसाठी पाऊल उचललं पाहिजे. यासाठी 'आता माझी कसलीही इच्छा नाही.' असं स्वतःला सांगून ध्यान* करण्यासाठी बसलं पाहिजे, ज्यामुळे तुम्ही ताबडतोब वर्तमानात याल. ही समज ठेवून तुम्ही स्वतःला काही क्षण ध्यानात बसवू शकलात, तर वर्तमानात राहणं सोपं होईल. त्यावेळी कोणतीही इच्छा ठेवू नका. जसं, ध्यान लवकर संपावं किंवा संपू नये, लाईट जावी किंवा जाऊ नये, भूकंप होवो अथवा न होवो. याउलट तुमच्या अंतर्यामी अशी घोषणा व्हायला हवी, 'अमुक एक गोष्ट झाली किंवा नाही... माझ्यासाठी दोन्ही एकसमान आहेत.' या क्षणी काहीही होऊ शकतं, या समजेसह वर्तमानात राहा. मगच वर्तमानाची जादू तुमच्यासाठी काम करू लागेल. त्यानंतर तुम्हाला समजेल, भूत आणि भविष्यात जाण्याची गरजच नाही. खरं तर एक काळ असा होता, जेव्हा वर्तमानाच्या खेळण्याशी तुम्ही दिवसभर खेळत होता; परंतु मोठे झाल्यावर तुमच्याकडून ते खेळणं केव्हा हरवलं, हे तुम्हाला कळलंसुद्धा नाही.

लहानपणी तुमचं एखादं खेळणं हरवल्यावर तुम्ही किती रडत होता! पण मोठे झाल्यावर तुमचं सर्वांत आवडतं खेळणं (वर्तमान) हरवल्यानंतरही तुम्ही रडणं बंद केलं. दुसरी खेळणी मिळताच तुम्ही सर्वाधिक महत्त्वाचं खेळणं विसरलात! खरं तर, रडणं

---

* इच्छामुक्ती ध्यानाबाबत अधिक विस्ताराने जाणण्यासाठी या पुस्तकाचा भाग १० ते १९ वाचा.

त्याच खेळण्याकरिता होतं, पण तेच गवसलं नाही. वास्तविक, तसं पाहिलं तर, इतर गोष्टींसाठी तुम्ही आताही रडत आहात, 'हे संपलं... हा गेला... तो राहिला नाही... अमुक गोष्ट मिळाली नाही...' परंतु तुम्ही वर्तमानाच्या खेळण्याची मात्र पर्वा केली नाही.

मनुष्य जेव्हा अनुभवरूपी महत्त्वपूर्ण खेळण्यासाठी पुन्हा रडणं सुरू करतो, तेव्हा खऱ्याअर्थाने तो साधक बनतो. तसं पाहिलं, तर शोधक बनल्यानंतरही काही काळ त्याला आपल्या अंतर्यामी अशांतीच जाणवते. 'याआधीचं आयुष्यच छान चाललं होतं' असं त्याला वाटू शकतं; परंतु कालांतराने समजतं, की ही अशांती खूप आवश्यक होती. नाही तर मनुष्य त्या अशांत विचारांमधून बाहेर पडू शकला नसता. शरीराचा आदर करता-करता, केव्हा त्याची गुलामी सुरू होते, हे त्याला समजतही नाही. त्याचप्रमाणे, नकली स्वातंत्र्याची इच्छा ठेवताना कधी गुलामी सुरू झाली, हेदेखील त्याला कळलं नाही.

एखादा मुलगा मोठा झाल्यावर त्याच्या इच्छा असतात, 'मला माझे निर्णय घेण्याचा अधिकार असला पाहिजे. मी सिगारेट ओढावी की नाही, व्यसनं करावी की नाही, आजपासून अभ्यास करायचा आहे किंवा परीक्षा जवळ आल्यावर करायचा आहे, हे सर्व मी ठरवणार!' त्याला वाटतं हेच स्वातंत्र्य आहे; परंतु या छोट्या-छोट्या गोष्टींतील स्वातंत्र्यच त्याच्यासाठी गुलामीचं कारण बनत आहेत, याची त्याला जाणीव नसते. ज्या व्यसनांच्या तो अधीन होतो, तीच नंतर त्याला आपल्या विळख्यात घेतात. याउलट, सत्य श्रवण करणे तुम्हाला गुलामी वाटेल, परंतु त्यामुळे आयुष्यात खऱ्याअर्थाने स्वातंत्र्य येणार आहे; म्हणूनच 'बंधन' आणि मुक्ती यांची योग्य पारख असली पाहिजे. या गोष्टीवर आणखी एका उदाहरणाने प्रकाश टाकू या.

विद्यार्थीदशेत असताना, होळीच्या दिवशी शाळेला सुट्टी मिळाली नाही म्हणून तुम्हाला खूप वाईट वाटत होतं; परंतु नंतर जेव्हा विद्यार्थी सातत्याने शाळेत जातो, कॉलेजमधून बाहेर पडून स्वतःच्या पायावर उभा राहतो, स्वतःची कंपनी उघडतो किंवा नोकरीत स्थिरस्थावर होतो, तेव्हा तो म्हणतो, 'आता मी स्वतंत्र आहे, मला हवं ते मी करू शकतो. मी भाषा, लोकव्यवहार, रचनात्मकता, अकाउंटस् अशा अनेक गोष्टी शिकलो.' आता विचार करा, लहानपणी सातत्याने शाळेत जाण्याचं बंधन घालून घेतलं, शिस्तीचा बडगा सहन केला, म्हणून कमीतकमी ते आज तुमच्या स्वातंत्र्याचं कारण

बनलंय, त्याचाच परिणाम म्हणजे तुम्ही आज जगत असलेलं यशस्वी आयुष्य.

वास्तविक, मनुष्याला कोणत्या प्रकारचं स्वातंत्र्य हवं असतं? त्याला जेव्हा 'शरीराची गुलामी करायची नाही', असं सांगण्यात येतं, तेव्हा तो म्हणतो, 'मला ज्यावेळी जे करावंसं वाटेल, ते करता यावं हीच माझ्यासाठी स्वातंत्र्याची व्याख्या आहे', कारण तो स्वतःला शरीर मानत असतो; म्हणूनच तो व्यसनाधीन होण्याच्या स्वातंत्र्यालाच खरं स्वातंत्र्य मानत असतो.

वास्तवात, हीच गोष्ट माणसाला समजली नाही. म्हणून अजाणतेपणी ज्याला तो स्वातंत्र्य समजत होता, तीच गुलामी होती. हा फरक लक्षात येताच तुम्ही उत्कृष्ट नेतृत्वसुद्धा करू शकाल; अन्यथा नेतृत्व करण्याची संधी लाभताच मनात इच्छा उत्पन्न होते, 'सर्व काही माझ्यावर अवलंबून असायला हवं... सर्वांनी मला विचारूनच काम केलं पाहिजे.' अशा अवाजवी इच्छांमुळे लोकांना त्यांच्या नेत्यासोबत राहण्याची इच्छा नसते. मग त्रस्त होऊन तो नेता लोकांना आपल्याबरोबर जबरदस्तीने बांधून ठेवण्याचा प्रयत्न करतो.

हीच गोष्ट नात्यांमध्येसुद्धा लागू होते. घरातील प्रमुख व्यक्तीला वाटतं, 'सर्वांनी माझ्यावर अवलंबून राहावं, मला विचारूनच सर्व कामं करावीत.' याउलट खरा कुटुंबप्रमुख तोच असतो, जो लोकांना आपण बनवलेल्या नियमांनी नव्हे तर, प्रेम आणि आनंदरूपी धाग्याने बांधून ठेवतो. तो निरंतरतेने प्रगती करतो, त्याचबरोबर इतरांनाही प्रगती करण्याची प्रेरणा देतो.

खरा लिडर लोकांना आत्मनिर्भर बनायला शिकवतो. तो त्यांच्यासाठी तशी व्यवस्थाही करतो. ही तेजइच्छा होय. अशी इच्छा जर प्रत्येक नेत्यामध्ये निर्माण झाली, तर तो 'तेजइच्छेकडे' जात आहे, असं म्हणता येईल. लोकांच्या लाभाचा आणि कल्याणाचा विचार हीच खऱ्या नेत्याची भूमिका असते. लोकांना आपल्या गुणांचा विकास करण्याच्या बाबतीत सजग करून, त्यांच्यामध्येही 'तेजइच्छा' निर्माण करणं, हेच खऱ्या नेत्याचं कर्तव्य आहे.

भाग १४

मी जो आहे, तो बनूनच अधिकाधिक जगेन

'एखाद्याकडून कोणतंही काम करवून घेण्याचा एकच मार्ग म्हणजे समोरील व्यक्तीच्या मनात त्या कामाबद्दल इच्छा निर्माण करणे'

– डेल कारनेगी

ज्या गोष्टींमुळे तेजइच्छा वृद्धिंगत होते, त्या प्रोत्साहित करण्याचा प्रयत्न केला पाहिजे. जसं, सत्य श्रवण, मनन, पठण, ध्यान, सेवा इत्यादी. त्याचबरोबर, 'मी जो आहे, तो बनूनच अधिकाधिक जगेन' अशी प्रार्थना केली पाहिजे. या ठिकाणी 'अधिकाधिक' या शब्दावर विशेष जोर दिला आहे; कारण मनुष्य एखादी गोष्ट पटकन विसरतो. म्हणून सत्याचे स्मरण जास्तीतजास्त व्हावे, या हेतूने वरील ओळ पुन:पुन्हा म्हणावी. मग तुम्हाला सत्य स्मरणात राहील, तेव्हा तुम्ही वरील ओळीत बदल करून 'मी जो आहे, तोच बनून जगतोय' असं म्हणाल.

यामुळे, त्याच क्षणी तुम्ही वर्तमानात याल. त्याचबरोबर तुमच्या शुभइच्छेलाही बळ मिळेल. आता तुम्हाला या इच्छेचं

महत्त्व समजल्याने तिचं झोपेतही स्मरण राहायला हवं. जसं, काही गोष्टी अंतर्मनात इतक्या खोलवर गेलेल्या असतात, की झोपेतही त्या स्मरणात राहतात. त्यामुळे स्वप्नातदेखील तुम्हाला, वास्तवात तुम्ही जे आहात, तेच बनून जगावंसं वाटेल. स्वप्नातही एखादा निर्णय घ्यायची वेळ आली, तरी तुम्ही जे आहात, तेच बनून निर्णय घेतला जाईल, म्हणून काही गोष्टी अंतर्मनात खोलवर पोहोचल्या पाहिजेत. तुमचं प्रत्येक वाक्यं ऐकून, तुमच्या प्रत्येक कृती आणि त्यातील सातत्य पाहून, अंतर्मन सवयी निर्माण करतं. जसं, ब्रश करणं, आंघोळ करणं, खाणं, दाढी करणं. या साऱ्या सवयी अशाच प्रकारे तयार होतात.

माणसाला एकदा सवय लागताच आंघोळ आणि गाणं ही दोन्ही कामं तो एकाच वेळी करू शकतो. मग आंघोळीचा तांब्या कुठं आहे, बादली कुठं आहे? अशा गोष्टींकडे लक्ष द्यायची त्याला गरजच नसते. त्याचा हात आपोआप त्या वस्तूंवरच जातो, हा सवयीचा परिणाम आहे. कृतीतील सातत्यामुळे अंतर्मन आपलं काम चोख करतं. याउलट, जर बहिर्मनाला एकाच वेळी दोन कामं दिली, तर ते गोंधळून जाईल. त्याला प्रश्न पडेल, 'आधी हे काम करू की ते?'

यासाठी तुम्हाला 'मी जो आहे, तो बनूनच अधिकाधिक जगेन' ही प्रार्थना वारंवार म्हणायला सांगितली; जेणेकरून तुम्हाला याची सवय व्हावी. ही ओळ अचेतन अवस्थेतही उच्चारत राहा. तुम्हाला जेव्हा याचे परिणाम दिसू लागतील, तेव्हा आश्चर्य वाटेल. मग त्याच प्रकारे जगण्यात तुम्हाला समाधान आणि तेजआनंद मिळेल. त्यातच तुमचा लाभ, तेजलाभ आहे.

वास्तवात तुम्ही जे आहात, त्या अस्तित्वाचीदेखील सुरुवातीपासून हीच इच्छा आहे. पण तुम्ही आजवर त्या इच्छेकडे बारकाईनं लक्ष न दिल्याने तुम्हाला ती समजली नाही. लहानपणापासून तुमच्या तेजस्थानाची, हृदयाची हीच हाक होती, 'मी जो आहे, तोच बनून जगावं!' याच कारणास्तव तुम्हाला बालपणी सुखद भावना जाणवत होती, अंतर्यामी आनंद जाणवत होता. कोकिळा आनंदात असते, तेव्हाच ती कुहू-कुहू गाऊ शकते. संगीत काही असंच निर्माण होत नसतं. जेव्हा मनुष्याला आनंदी भावतरंग स्पर्श करतात, तेव्हाच हृदयातून मधुर गीतं, भक्तीपूर्ण भजनं, अभंग, दोहे आणि प्रवचनं आविष्कृत होतात. या सुखद आणि चांगलं वाटण्याच्या जाणिवेतूनच नवनिर्मिती होत असते.

'चांगलं वाटणं' याबद्दल प्रत्येकाची व्याख्या आणि इच्छा वेगवेगळी असते. एखाद्या उंदराला जर 'मी मांजर व्हावं' असं वाटलं तर तुम्ही हे समजू शकता, की ही भीतीपोटी निर्माण झालेली इच्छा आहे. त्याचप्रमाणे, तुम्हालासुद्धा बरंच काही व्हावंसं वाटतं. तेव्हा स्वतःला विचारा, 'ही इच्छा त्या उंदरासारखी तर नाही ना?' आपल्या इच्छेमागे दडलेलं खरं कारण समजून घ्यायला हवं. भीतीपोटी जागृत होणारी इच्छा अतेज असते, जी नक्कीच एखाद्या विकाराला जन्म देते. त्या विकाराबरोबरच 'या इच्छेमुळे ही समस्या सुटेल' हे अज्ञानही असतं. समजा, एखाद्याला वाटलं, 'मी बिल गेटस् बनलो तर माझी अमुक एक समस्या सुटेल.' हे ऐकताना अगदी तर्कसंगत वाटतं; पण प्रत्येक इच्छेमागे आत्मपरीक्षण झालं पाहिजे, 'ही त्या उंदराच्या इच्छेसारखी इच्छा तर नाही ना?'

तात्पर्य, प्रत्येक व्यक्तीचा एक पॅटर्न म्हणजेच वृत्ती असते. पॅटर्नमधूनच इच्छा तयार होतात. अज्ञान आणि बेहोशी असेल, तर व्यक्ती त्या वृत्तींचीच सेवा करू लागते, म्हणूनच मनुष्याला स्वतःच्या वृत्ती अगदी योग्य वाटत असतात, कारण त्यातूनच त्याने आपल्या सुरक्षेचा फॉर्म्युला बनवलेला असतो.

बहिर्मुखी नव्हे, अंतर्मुखी व्हा

बालपण संपताच तुम्ही मोठे होता. पण या प्रक्रियेमध्ये तुमच्या लक्षात येतं, की अमुक एक काम केल्यामुळे सगळ्या समस्या सुटतात. परिणामी ते विशिष्ट काम तुमच्यासाठी नियम, फॉर्म्युला बनतं. अशा प्रकारे मनुष्य लग्नानंतरही घरातील सदस्यांचं लक्ष वेधून घेण्यासाठी त्याच नियमांचा वापर करतो.

प्रत्येक मनुष्य आपापला नियम बनवून त्याचा वापर करत असतो. त्या नियमांनुसार घरातील लोकांचं लक्ष वेधून घेण्यासाठी तो आजारी पडतो... त्याचा अपघात होतो... फ्रॅक्चर होतं... अजूनही बरंच काही होत राहतं. परंतु त्याला हे समजत नाही, की हे सर्व त्यानेच बनवलेल्या नियमांमुळे होत आहे. वास्तवात, तुमचाच नियम काम करत आहे. नाही तर अपघात झालाच नसता, तुम्हाला कोणताही आजार झाला नसता, तुम्ही ज्या समस्येला तोंड देत आहात, ती तुमच्या आयुष्यात आलीच नसती. आता त्याच गोष्टींमुळे सर्वजण तुमच्याकडे लक्ष देत आहेत आणि खरं तर या सर्व समस्यांमागे 'कुणीतरी माझ्याकडे लक्ष द्यावं' हीच तुमची इच्छा असते.

आता ही गोष्ट समजून घ्यायची वेळ आली आहे, की तुमच्या आयुष्यात संकटं व अडचणी का येतात? कारण, तुम्हाला उच्च स्तरावरील ज्ञान (अनुभव) प्राप्त व्हावं, यासाठीची ती व्यवस्था असते, कारण तुम्ही उच्च ज्ञानाची मागणी केली होती. तुमची मागणी पूर्ण होईल, तेव्हा तुम्ही ईश्वराला म्हणू शकाल, 'तुझी इच्छा, तीच माझी इच्छा!'

अशा प्रकारे तुम्हाला अंतर्मुख व्हायचं आहे. ज्या ओळी आज तुम्ही पाठ केल्या आहेत, त्या वारंवार एका लयीत म्हणा आणि अभिव्यक्तीदेखील करा. एकाच वेळी ही दोन्ही कामं होऊ शकतात. काम करतानासुद्धा आपल्याला लक्ष्याची आठवण यावी, असं आपल्या अंतर्मनाला प्रशिक्षण द्या. हीच अंतर्मुखी कार्याची अभिव्यक्ती आहे. यातूनच तुम्ही ध्येयाप्रत पोहोचू शकाल.

भाग १५

संतुष्टीची गोष्ट

'माणूस चांगला किंवा वाईट असणं,
हे त्याच्या स्वतःच्या इच्छेवर अवलंबून असतं'

– एपिक्टेटस

एखाद्या मनुष्यात जर कामचुकारपणा करण्याची सवय असेल, तर त्याच्या आयुष्यात काय नुकसान होऊ शकेल? ज्या लोकांमध्ये ही सवय नाही, त्यांना या गोष्टीची कल्पनासुद्धा करता येणार नाही. कामचुकार मनुष्य नेहमी काम न करण्याचं असं कारण शोधतो, जे दुसऱ्यांना योग्य वाटतं. असा मनुष्य काम न करताच अशा प्रकारे खूष होतो, जणू त्याचं काम पूर्ण झालंय.

समजा, एखाद्या कामचुकार माणसाला बँकेचं एखादं काम सोपवलं आणि त्याची बँकेत जाण्याची इच्छा नसेल, तर तो कसाबसा, रडतखडत जायला तयार होतो. अशा वेळी जर त्याला सांगितलं, 'अमुक कारणामुळे आज बँक बंद आहे,' तर तो मनातल्या मनात इतका खूष होतो, जणू त्याचं बँकेतील काम

पूर्ण झालंय; किंबहुना आज ना उद्या त्याला बँकेत जावंच लागणार असतं, परंतु काम झालं आहे, याच आनंदात तो असतो.

कामचुकार माणसाच्या बाबतीत अशा अनेक घटना घडतात, ज्यामुळे दिवसेंदिवस त्याचं आयुष्य नरक बनत जातं, परंतु त्याला याचा पत्ताच नसतो.

समाजात राहताना मनुष्याला अनेक प्रकारची कामं करावी लागतात, कारण तो समाजाचा अविभाज्य भाग असल्यामुळे त्याला स्वतःची भूमिका पूर्ण करावी लागते. परंतु जर तो भित्रा आणि कामचुकार असेल, तर सगळं काही मिळूनही तो अतृप्तच राहील.

एकदा एका उंदराला एक जादूगार भेटला. एक मांजर त्याला खायला नेहमी टपून बसलेली असे, या भीतीने तो उंदीर अतिशय त्रासलेला होता. म्हणून उंदराने जादूगाराकडे 'मला मांजर बनव' अशी विनंती केली. जादूगाराने त्याचं ऐकून त्याला मांजर बनवलं. पण त्यानंतर एक कुत्रा त्याच्या मागे लागला. तेव्हा ते मांजर बनलेलं उंदीर कसंबसं जीव मुठीत घेऊन पळालं आणि जादूगाराला म्हणालं, 'मला कुत्रा बनवा,' कारण कुत्रा मांजरापेक्षा जास्त शक्तिशाली असतो. जादूगाराने उंदराला कुत्रा बनवले. त्याला वाटलं, 'हे चांगलं आहे, गल्लीत कुत्रे मोकळे हिंडतात, मीसुद्धा आता असाच फिरेन. आधी बिळात राहत होतो, आता निदान मोकळेपणाने तरी फिरेन.' परंतु, एकदा एका गायीने त्याला शिंग मारले. तो पुन्हा जादूगाराकडे जाऊन म्हणाला, 'कुत्र्यापेक्षा गाय जास्त शक्तिवान आहे, तेव्हा मला गाय बनव.' तत्क्षणी जादूगाराने त्याला गाय बनवले. त्यानंतर एकदा तो चरता-चरता जंगलापर्यंत गेला आणि अचानक त्याच्यासमोर एक सिंह आला. सिंहाला पाहताक्षणीच तो पळाला. पुन्हा जादूगाराच्या मदतीने तो सिंह बनला; परंतु सिंह बनल्यावर त्याला कळलं, की सिंह माणसाला घाबरतो. आता त्याने विचार केला, मनुष्य जास्त शक्तिवान आहे म्हणून मला माणूस बनायला हवं. त्यानंतर मनुष्य बनल्यावर त्याला समजलं, मनुष्य सूर्याच्या उष्णतेमुळे खूप त्रस्त आहे. आता तो जादूगाराकडे जाऊन म्हणतो, 'मला सूर्य बनव.' जादूगाराने लगेच त्याला सूर्य बनवलं.

कशी मिळेल इच्छांपासून मुक्ती

मग त्याला समजतं, 'अरे! सूर्याला ढग झाकून टाकतात.' पुन्हा तो जादूगाराला म्हणतो, 'मला ढग बनायचं आहे, कारण ढग सूर्यापेक्षा जास्त शक्तिशाली आहेत.' मात्र ढग बनल्यावर त्याला समजतं, हवेपुढे ढगांचा टिकाव लागत नाही, हवा ढगांना उडवते. मग तो जादूगाराला सांगून हवा बनतो. एवढं होऊनही त्याला समजतं, हवा तर डोंगरालाही हलवू शकत नाही. तेव्हा त्याला वाटतं, डोंगर जास्त ताकदवान आहेत. पुन्हा तो जादूगाराला सांगतो, 'मला डोंगर बनव.' तत्क्षणी तो डोंगर बनतो. मग त्यानंतर तो पुन्हा जादूगाराकडे जाऊन म्हणतो, 'मी सर्व काही बनून पाहिलं, परंतु तरीही मला समाधान मिळालं नाही.' यावर तो जादूगार त्याला म्हणाला, 'तुला काहीही बनवलं तरी तू समाधानी होणार नाहीस, कारण तुझं मन उंदराचंच आहे. बाकी जरी सर्व काही बदललं तरी मन मात्र बदलत नाही.' म्हणून जादूगारानं त्याला पुन्हा उंदीर बनवलं.

आता तुम्हाला समजलं असेल, जोपर्यंत मन उंदराचंच आहे, तोपर्यंत बाह्य परिवर्तनाने काहीही साध्य होणार नाही. मन तेजस्थानी (आनंदित) होताच आयुष्यात समाधान प्राप्त होईल आणि समाधान त्यालाच मिळतं, जो आपल्या हृदयाचं ऐकतो.

जादूगाराने त्याला पुन्हा उंदीर बनवल्यावर तो त्या पर्वताच्या तळाशी सुरूंग खोदू लागला. 'मी पर्वतावरही विजय मिळवला' असा विचार करून तो अतिशय खूष झाला. अशा प्रकारे कामचुकार मनुष्यसुद्धा विजय मिळवून, उंदरासारखा जगतो.

तात्पर्य - जीवनात लोक काही ना काही बनतात, परंतु त्यांचं हृदयपरिवर्तन मात्र होत नाही. कुठल्याही सवयी त्यांना समाधान देत नाहीत, पण जर तुमचं हृदयपरिवर्तन झालं, तुम्ही हृदयाचं ऐकलं, तर तुमच्या अंतर्यामी सुखद भावना निर्माण होऊन संतुष्टीचा आनंद घेऊ शकाल.

भाग १६

तुझी इच्छा तीच माझी इच्छा

'तुम्हाला ज्या गोष्टीची गरज आहे, तीच विकत घ्या. ज्याची गरज नाही ती विकत घेऊ नका; कारण ज्या गोष्टीची तुम्हाला गरज नाही, ती कवडीमोलाचीही नाही'

– केटो

एका गावात हरिभाऊ नावाचा एक गृहस्थ राहत होता. तो ईश्वराकडे जी प्रार्थना करायचा, ती पूर्ण होत असे. त्यामुळे गावातील लोक नेहमी त्याच्याकडे येऊन म्हणायचे, 'आमच्यासाठी अमुक-अमुक प्रार्थना करा.' हरिभाऊ लोकांचं ऐकून त्यांच्यासाठी लगेच प्रार्थना करत असे. हरिभाऊला दोन मुली होत्या. त्या दोघीही विवाहित होत्या.

एके दिवशी तो आपल्या मोठ्या मुलीला भेटायला गेला. तेथे गेल्यावर इकडच्या-तिकडच्या गप्पागोष्टी झाल्यावर मुलगी म्हणाली, 'बाबा, यावर्षी खूप चांगला पाऊस पडू दे.' अशी तुम्ही माझ्यासाठी प्रार्थना करा; कारण आमच्या शेतात आम्ही पेरणी केली आहे. पाऊस चांगला झाला नाही, तर आमचं खूप

नुकसान होईल. त्यामुळे सासरी सर्वांना त्रास होईल.

काही लोकांचा सुकाळ पावसावर अवलंबून असतो. पाऊस पडतो तेव्हा लोक चप्पल, छत्री खरेदी करतात. या मुलीनेही असंच केलं आणि वडिलांना देवाजवळ पावसासाठी प्रार्थना करायला सांगितली.

यानंतर हरिभाऊ दुसऱ्या मुलीच्या गावी गेला. तिच्या सासरी कुंभाराचा व्यवसाय होता. दुसऱ्या मुलीने आपल्या वडिलांना देवाकडे 'पाऊस होऊ नये' यासाठी प्रार्थना करण्यास सांगितले. ती म्हणाली, 'बाबा, माझ्यासाठी अशी प्रार्थना करा, की यावर्षी पाऊसच पडू नये. नाही तर आम्ही जी मडकी बनवली आहेत, ती पावसात भिजतील, वाहून जातील. पावसामुळे सुकणार नाहीत. जर पाऊस झाला तर आमचा धंदाच बसेल.'

आता हरिभाऊला समजेना की काय करावे! तो संभ्रमात पडला, माझं तर दोन्ही मुलींवर सारखंच प्रेम आहे; परंतु दोघींनी वेगवेगळी प्रार्थना करायला सांगितली आहे. या विचारातच हरिभाऊ संध्याकाळी घरी परतला. त्याने आपल्या पत्नीला सर्व हकिकत सांगून विचारले, 'आता तूच सांग, मी कोणती प्रार्थना करू?' पतीचा प्रश्न ऐकताच तीसुद्धा विचारात पडली. खूप विचार केल्यावर हरिभाऊला एक प्रार्थना सुचली, जी केल्यानंतर त्याला खूप समाधान वाटलं. याआधी तो प्रत्येकाच्या इच्छेनुसार वेगवेगळी प्रार्थना करत असे; परंतु आता तो सर्वांची इच्छा पूर्ण करण्यासाठी एकच प्रार्थना करू लागला.

खरं तर, आयुष्यात जेव्हा अशी परिस्थिती, घटना येतात, तेव्हाच तुम्हाला काहीतरी नवीन शिकायला मिळतं आणि तुमची प्रार्थना पूर्ण होते.

'मला काहीतरी नवीन शिकायचं आहे, सर्वोच्च ज्ञान मिळवायचंय. माझ्या आयुष्यातील कोणतीही गोष्ट अंधारात न राहता, सर्व पैलू प्रकाशात यावेत' अशी तुमची प्रार्थना असल्याने तुम्ही हे पुस्तक वाचत आहात. याचाच अर्थ, हा तुम्ही केव्हातरी केलेल्या प्रार्थनेचाच परिणाम आहे.

माणसाच्या आयुष्यात घडणारी प्रत्येक घटना ही त्याने केलेल्या प्रार्थनेचंच फळ आहे. कोणत्या प्रार्थनेमुळे त्याची कोणती इच्छा पूर्ण होत आहे, हे मात्र त्याने समजून घेतलं पाहिजे, कारण मनुष्य इतक्या प्रार्थना करत असतो, की कोणत्या वेळी कोणती प्रार्थना पूर्ण होत आहे, हेच त्याला माहित नसतं. शिवाय अमुक एक प्रार्थना आपण

कशी मिळेल इच्छांपासून मुक्ती

केली आहे हेदेखील तो विसरतो. मनुष्य अनेक प्रकारच्या प्रार्थना करत असतो. जसं 'मला पूर्ण ज्ञान मिळावं, भक्ती मिळावी, आत्मसाक्षात्कार व्हावा... आणखी बरंच काही मिळावं...'

खरं तर, तुमची प्रार्थना पूर्ण व्हावी, यासाठीच हे सर्वकाही चाललेलं आहे. एखादा मनुष्य, 'माझ्या मुलीचं लग्न व्हावं, तिला योग्य जीवनसाथी मिळावा,' अशी प्रार्थना करेल. असं करणं त्याच्यासाठी खूप सोपं असतं; परंतु ती मुलगी ज्या घरात जाईल, त्या घरातील लोकांसाठी ती योग्य आहे की नाही, या गोष्टीशी त्याला काही देणं-घेणं नसतं. तिनं जर रागानं तांडवनृत्य केलं, तरी तिच्या माहेरचे लोक तिच्याबद्दल तक्रार न करता उलट म्हणतील, 'पती खूप सहनशील आहे, चांगलं सासर मिळालंय. तिचा राग सहन करणारे, तिला समजून घेणारे लोक मिळाले आहेत.' त्या मनुष्याने केलेला हा विचार केवळ त्याच्या मुलीच्या दृष्टीने योग्य आहे.

मुलीकडील लोक ज्याप्रमाणे प्रार्थना करतात, त्याचप्रमाणे मुलाकडचे लोकदेखील 'आमच्या घरी चांगली सून यावी,' अशी प्रार्थना करतात. नवरा मुलगा 'मला चांगली पत्नी मिळावी,' अशी प्रार्थना करतो. परंतु कुणीतरी त्या मुलीसाठी किंवा तिच्या घरातील लोकांसाठी प्रार्थना करतं का? या दोन्ही प्रार्थनांमध्ये घरातील इतर लोकांचा विचारही केला जात नाही. सून चांगली मिळेलही; परंतु जास्त हुंड्याची मागणी केल्याने तिच्या माहेरच्या लोकांची काय परिस्थिती झाली असेल, त्यांना किती कष्ट पडले असतील, त्यांचं नंतरचं आयुष्य कसं असेल, याबाबतीत कोणी विचारच करत नाही. असो, आता पुन्हा गोष्टीकडे वळू या!

हरिभाऊ समजूतदार होता. आधी तो सर्वांसाठी वेगवेगळी प्रार्थना करायचा; परंतु दोन्ही मुलींसाठी परस्परविरोधी प्रार्थना करण्याची वेळ येताच त्याने, 'हे ईश्वरा, तुझी इच्छा, तीच माझी इच्छा,' अशी एकच प्रार्थना केली. त्याच्या या प्रार्थनेमुळे तो दोन्ही मुलींची इच्छा पूर्ण करू शकला. नाही तर, कोणत्या मुलीसाठी प्रार्थना करायची, हे त्याच्यासाठी खरं तर धर्मसंकटच होतं.

या प्रार्थनेमुळे हरिभाऊ खूष झाला. 'कोणती प्रार्थना करावी,' या चिंतेतून तो मुक्त झाला. प्रत्येकजण याच चिंतेत असतो, अमुक गोष्टीसाठी काय प्रार्थना करावी, तमुकसाठी काय प्रार्थना करावी? मग पंडित-पुजाऱ्यांना बोलावून विशिष्ट गोष्टीसाठी

प्रार्थना करण्यासाठी विनवणी केली जाते. पंडित प्रार्थना करतात, याच्या आजोबांच्या भावाच्या मुलीची जी इच्छा आहे ती पूर्ण व्हावी... अशा तऱ्हेने एक मोठं पुराण वाचतात, प्रत्येकासाठी वेगवेगळी चादर चढवली जाते, काही पैसे दिले जातात... शिवाय आणखीही कित्येक कर्मकांडं पार पडतात.

'तुझी इच्छा तीच माझी इच्छा' या ईश्वराकडे केलेल्या प्रार्थनेने हरिभाऊची समस्या त्वरित दूर झाली. आपण स्वतःदेखील प्रत्येकासाठी ही प्रार्थना करू शकतो. एखादी इच्छा जेव्हा सतत निर्माण होते, तेव्हा ती अभिलाषा बनते. अशा वेळी जर दुःख होत असेल, तर काही गोष्टी अजून स्पष्ट व्हायच्या आहेत, असं समजा.

इच्छेसोबत जर उच्च चेतना आणि सजगता असेल, तर या इच्छा 'तेजइच्छा' बनतील; अन्यथा माणूस दुःखी होतो. पण त्याला इच्छेमुळे तो दुःखी का झाला, हे समजत नाही. वस्तुतः ही त्याचीच इच्छा होती. वास्तविक, चेतनेबाबत सजगता नसल्याने दुःख निर्माण झाले. म्हणून नेहमी एक प्रश्न विचारला जातो, 'आवश्यकता आहे की इच्छा?' सजगतेने हा प्रश्न स्वतःला विचारायला हवा.

आता हरिभाऊसमोर परिस्थितीच अशी उद्भवली होती, की त्याला विचार करणं भाग पडलं, दोन्ही मुलींपैकी कुणासाठी प्रार्थना करावी? तेव्हा हरिभाऊमध्ये किती समज होती, याची परीक्षा झाली. प्रत्येक व्यक्तीबाबत असंच होत असतं. आयुष्यात त्यालासुद्धा पुष्कळ गोष्टींची निवड करावी लागते. अशा वेळी, तुम्हाला ईश्वरीय इच्छेविषयी प्रगल्भ समज प्राप्त होताच, तुम्ही योग्य निवड करू शकाल.

भाग १७

निवड, चेतना, अभिलाषा

इच्छा कधीही स्वतंत्र नसते– ती नेहमी कोणत्या तरी उद्दिष्ट किंवा लक्ष्याशी जोडलेली असते.
इच्छा ही गाडीची चालक नसून इंजिन आहे.

— जॉयस कैरी

      खोटं बोलणं, व्यसन करणं किंवा जुगार खेळणं यासारखं चुकीचं काम करण्यासाठी कोणी तुम्हाला प्रवृत्त करत असेल, तर 'मला हे मुळीच करायचं नाही' हे तुम्हाला पक्कं माहीत असतं. थोडक्यात, एका सर्वसामान्य माणसासाठी चांगलं-वाईट यामध्ये निवड करणं अगदी सहज आणि सोपं असतं.

      त्याचप्रमाणे, तुम्हाला दोन इच्छांमध्ये निवड करायची असेल आणि त्यात कुठलीच कमतरता जाणवत नसेल, तेव्हा उच्च चेतनेची आवश्यकता असते. जसं, रेडिओवर प्रवचन आणि टीव्हीवर शैक्षणिक कार्यक्रम दोन्ही एकाच वेळी असेल तेव्हा 'दोन्हींपैकी कोणता कार्यक्रम लावावा?' असा प्रश्न निर्माण होऊ शकतो. अशा वेळी निवड करताना समज बाळगणं

कशी मिळेल इच्छांपासून मुक्ती

आवश्यक असतं. तुम्ही आयुष्यात काय मिळवलंय आणि पुढे तुम्हाला काय मिळवायचंय, या आधारावर तुम्ही ती निवड कराल. शिवाय अशी निवड उच्च चेतनेतून होईल. समज आणि ज्ञान यांच्या अभावी तुमच्याकडून अतेज इच्छा काम करवून घेतील आणि ज्या केवळ तुमच्या दुःखाचं कारण बनतील.

यासाठी सजगतेने निवड करा. निवड करण्यासाठी जागृत व्हावं लागतं आणि हेच त्याचं वैशिष्ट्य आहे. बेहोशीमध्ये काम करून मनुष्य यांत्रिकपणे निर्णय घेतो, निवड करतो. तेव्हा आयुष्यात दुःखाचं आगमन कधी झालं, हेदेखील त्याला कळत नाही. योग्य निवड केल्यामुळे तुमच्या शरीराद्वारे केवळ तेजइच्छा पूर्ण होतील. मग कुठेही दुःखाचा प्रश्न उद्भवणार नाही, कारण तेव्हा 'मी जो आहे, तोच बनून जगेन' ही तुमचीच इच्छा पूर्ण होत असेल. एखादा जर या प्रार्थनेपर्यंत पोहोचला तर ती फलित होते.

प्रत्येकजण जेव्हा 'तुझी इच्छा, तीच माझी इच्छा' या प्रार्थनेने दिवसाची सुरुवात करेल, तेव्हा सकाळपासून रात्रीपर्यंत कोणतीही अतेज इच्छा तुम्हाला त्रास देऊ शकणार नाही. मग तुमच्यासमोर येणाऱ्या प्रत्येक दृश्याचा तुम्ही फक्त आनंदच उपभोगाल. प्रत्येक क्षणी 'स्व' ची प्रशंसा होईल, कारण त्या दृश्यानंतर जे दृश्य प्रकट होईल, त्यामुळे तुम्ही हसणारच आहात. मग प्रत्येकजण म्हणेल, 'अरे! किती आश्चर्य आहे, बरं झालं मी या घटनेत अडकलो नाही!' या गोष्टी समजताच तुमच्याकडून जो निर्णय घेतला जाईल, त्याने कृपेचीच जाणीव होईल. त्या कृपेसाठी तुमच्या हृदयातून धन्यवादाचे भाव निघतील.

मनुष्य आनंद पार्किंगमध्ये ठेवतो, तेव्हा तो सर्वप्रथम खूष होणं बंद करतो. प्रत्येक गोष्टीत दुःखी होतो. अशा वेळी, त्याला कोणतेच समाधान गवसत नाही. मग तो विचार करतो, 'आनंदी राहून, चर्चा करून या समस्या का सोडवू नयेत? माझा आनंद गमावण्याची काय आवश्यकता? इतरांनी माझ्यावर अवलंबून का राहावं? प्रत्येकजण आत्मनिर्भर का बनू नये?' लोक जेव्हा द्विधा मनःस्थितीत असतात, तेव्हा कोण, केव्हा, कधी, कसे आपल्या कामात उपयोगी पडतील, असा विचार करून सर्वांना आपल्यावर विसंबून ठेवतात. अशा वेळी एखादं काम पूर्णत्वाला नेण्याबाबतच्या सूक्ष्म गोष्टी ते इतर कोणालाही सांगत नाहीत; जेणेकरून प्रत्येकजण त्यांच्याशी सल्लामसलत करायला येत राहावा.

जे लोक अशा प्रकारचं मार्गदर्शन करतात, त्यांना 'आम्ही नेता आहोत म्हणून सर्वजण आमचा सल्ला घेण्यासाठी येतात...' असं वाटतं. पण ते अद्याप मार्गदर्शकच

बनले नाहीत, याची त्यांना जाणीवच नसते. परंतु नेत्यानं असं मनन-चिंतन केलं पाहिजे, 'मी कोणता सल्ला देतोय... लोकांनी आत्मनिर्भर बनावं, यासाठी मी त्यांना उपयुक्त गोष्टी सांगत आहे का?' वास्तविक, नेत्याने लोकांना 'तुम्ही स्वतःचे निर्णय स्वतः घ्या, थोडी चूक किंवा नुकसान झालं तरी हरकत नाही,' असं सांगायचं असतं. लोकांना निर्णय घेण्याचं स्वातंत्र्य देऊन त्यांना काही करायला सांगितलं, तरच ते आत्मनिर्भर बनतील, योग्य निवड करण्यास शिकतील, उच्च चेतनेमध्ये राहून दुय्यम इच्छांपासून मुक्त होतील.

युवा पिढीला शिकण्याची कला शिकवा

मुलींना त्यांच्या माहेरी नेहमीच पाककला शिकवली जाते. खरं तर त्यांना 'कसं शिकावं' हे शिकवलं गेलं पाहिजे. त्यांच्यासाठी याहून उत्तम प्रशिक्षण इतर कुठलं असूच शकत नाही; कारण आयुष्यभर त्यांना याच कलेचा, कौशल्याचा उपयोग करायचा असतो. वास्तविक, 'शिकणं' हे शिकवण्याच्या अगदी विपरीत असतं. मुलीला तिच्या माहेरी अनेक प्रकारचे पदार्थ बनवायला शिकवले जातात; जेणेकरून पुढे तिला कोणतीही अडचण येऊ नये. तिच्या माहेरी सर्वजण पनीरभुर्जी खातात, म्हणून तिला ती उत्तम प्रकारे बनवता येते; परंतु सासरी सर्वजण अंडाभुर्जी खात असतील, तर मुलीसमोर 'ही भाजी कशी बनवायची,' असा प्रश्न निर्माण होईल.

यासाठी मुलीला माहेरी अनेक प्रकारच्या भाज्या बनवण्याची कृती शिकवण्याऐवजी, तिला 'कसं शिकायचं' याची युक्ती शिकवली पाहिजे. म्हणजेच, ती कोणतंही काम निरीक्षणातून शिकेल. तिला शिकण्याचं प्रशिक्षण अशा प्रकारे दिलं जावं, की ती बघता-बघताच त्या गोष्टींमध्ये कौशल्य प्राप्त करू शकेल. त्यासाठी तुम्ही तुमच्या मुलीला स्वयंपाकघरात, 'आता मी ही भाजी बनवणार आहे. तेव्हा तू लक्षपूर्वक पाहून ती कशी बनवायची हे समजून घे, कारण नंतर हे सर्व तुलाच बनवायचं आहे,' असं सांगा. अशा तऱ्हेने या प्रशिक्षणामुळे तिचा विकास होईल आणि ती शिकण्याची कला आत्मसात करेल. मग तिला कोणतीही भाजी बनवायची असेल, तर ती फक्त त्याची रेसिपी पाहूनच शिकेल. म्हणजेच तिला शिकण्याची कला आत्मसात होईल.

शिकण्याची इच्छा बाळगणारे लोक आयुष्यातील घटनांचा आनंद घेत पुढे जातात. परंतु अहंकारी व्यक्तीची इच्छा असते, लोकांनी नेहमी माझ्यावर अवलंबून राहावं, कोणीही

माझ्या पुढे जाऊ नये. पण सत्याची समज प्रगल्भ होऊन सत्यप्राप्तीची आस तीव्र होताच तुमचे सर्व निर्णय आणि निवड योग्य होऊ लागतील. यातच सर्वांचा लाभ आहे, कारण यामुळे सर्वजण आत्मनिर्भर बनतील. तुम्ही सतत त्या लोकांना मदत करत राहा, जे आतापर्यंत आत्मनिर्भर बनू शकले नाहीत.

खरं तर काही लोक एकदा सांगितल्यावर शिकतात, काही लोकांना दहा वेळा तर काहींना शंभर वेळा सांगावं लागतं, कारण लोक वेगवेगळ्या प्रकारचे असतात. पण तुम्ही तुमचं काम करत राहा, कारण तुमच्यासाठी हे काम नसून, ही तुमची अभिव्यक्ती आहे. याचं तुम्हाला ओझं वाटता कामा नये. तुम्ही कार्यरत राहा, या प्रक्रियेत लोक शिकले तर तो बोनसच आहे; परंतु जरी काही शिकले नाहीत, तरी तुम्हाला काहीच फरक पडणार नाही; कारण वास्तवात आता तुम्ही जे आहात, तेच बनून जगत आहात.

भाग १८

तेजइच्छा...सर्व इच्छांच्या पलिकडे

'अधिकतर लोक योग्यता वा बुद्धीच्या नव्हे,
तर इच्छाशक्तीच्या कमतरतेमुळे अयशस्वी होतात.'

– फ्लॉवर न्यूहाउस

जे लोक अतेज इच्छेपासून मुक्त आहेत आणि ज्यांनी तेजइच्छेची इच्छा बाळगली आहे, त्यांनी प्रत्येक ठिकाणी आत्मपरीक्षण करावं. जसं- मॉल, मार्केट, थिएटर, स्वतःचं घर, टीव्ही, रेडिओ, इंटरनेट किंवा शेजाऱ्यांसमोर... प्रत्येक ठिकाणी आपल्या इच्छांचं अवलोकन करायला हवं. त्या ठिकाणी, तेथील वस्तू बघून कोणती इच्छा उत्पन्न होत आहे? तेजइच्छा कधी जागृत होत आहे? हे बघावं. तेजइच्छा म्हणजे सर्व इच्छांपलीकडे असणारी शुभेच्छा. ती जागृत होते ते स्थान महत्त्वपूर्ण आहे.

तुम्ही जेव्हा ध्यानात बसता, तेव्हा तेजस्थानाच्या (हृदयस्थानाच्या) संपर्कात असता. ही एक मुक्त आणि अहंकाररहित अवस्था आहे. ही अवस्था तुम्ही कुठेही असलात

तरी कायम राहिली पाहिजे, तरच तेजइच्छा निर्माण होईल; अन्यथा अशी अवस्था कोणत्याही ठिकाणी टिकून राहणार नाही. घरात असताना मनुष्य नेहमीच्या सवयीनेच विचार करतो, 'माझ्या पत्नीने जर माझं म्हणणं ऐकलं असतं तर...! शेजाऱ्यांसारखंच माझंसुद्धा घर असतं तर...' त्याचप्रमाणे सिनेमागृहात प्रत्येक दृश्याबरोबर माणसाच्या मनात इच्छा जागृत होते, 'माझ्याकडेपण असाच ड्रेस असता तर... मीसुद्धा असेच डायलॉग्ज बोलू शकलो तर... मीदेखील असाच निर्भयपणे बोलू शकलो असतो तर... माझी त्वचादेखील अशीच कोमल असती तर मीपण सुंदर दिसले असते...' इत्यादी.

अशा प्रकारे प्रत्येक दृश्य पाहताच माणसाच्या मनात इच्छा निर्माण होते. अशा वेळी एखादा मनुष्य 'माझा' किंवा 'माझी' हे शब्द उच्चारत असतो, तेव्हा हे शब्द तो कोणासाठी म्हणत आहे, हे त्यालाच माहीत नसते.

म्हणून '**वास्तवात मी जो आहे, तोच बनून जास्तीतजास्त जगेन**' असं म्हणताच, तुम्हाला सजग व्हावं लागेल. स्वतःला विचारावं लागेल, 'मी कोण आहे? आणि जो मी आहे, त्याच्यासाठी संसारी (मायावी) इच्छा उपयोगी आहेत का?' तेव्हा तुम्हाला समजेल, अंतिम लक्ष्य प्राप्त करण्यासाठी अमुक इच्छा तुमच्या काहीच उपयोगाच्या नाहीत, त्यांचा तुमच्याशी काडीमात्र संबंध नाही. ती इच्छा पूर्ण करून काय साध्य होणार आहे? ही समज प्रगल्भ होताच तुम्ही मायावी इच्छांतून सहजपणे मुक्त व्हाल; अन्यथा खरं ज्ञान आणि समज मिळेपर्यंत इच्छांच्या बंधनात बद्ध झालेले लोक इच्छांतून मुक्ती मिळवण्यासाठी शक्ती आणि कडक शिस्त यांचा वापर करत राहतात. पण यामुळे त्यांना त्रास सहन करावा लागतो.

माणसाला सत्याचं ज्ञान प्राप्त होऊन त्याची भक्ती वाढताच इच्छांतून मुक्त होणं त्याच्यासाठी सहज बनतं. कारण 'भक्ती 'स्व'ची (ईश्वराची) इच्छा आहे, तेजइच्छा आहे' हे त्याला ठाऊक असतं. भक्तीला ईश्वराची प्रशंसा, स्तुती, आश्चर्य आणि त्याचं गुणगान करण्याची इच्छा असते. या दृष्टिकोनातून बघितल्यावर लक्षात येतं, ईश्वराने निर्मिलेल्या जगाबद्दल आश्चर्य व्यक्त करावं तितकं थोडंच!

एखाद्या पक्ष्याचा किलबिलाट ऐकूनदेखील आपल्याला खूप आश्चर्य वाटू शकतं. पण माणसाने आश्चर्यजनक गोष्ट पाहणं किंवा ऐकणं सोडून दिलंय, ही वस्तुस्थिती आहे. म्हणून निसर्गाचं सौंदर्य पाहताना किंवा कारणाशिवायही किलबिल करणाऱ्या

बुलबुलचा गोड स्वर ऐकताना 'या पक्ष्यात नेमकी कोणती गोष्ट आहे,' हे जाणण्याची इच्छा मनुष्याच्या मनात निर्माण होत नाही. शिवाय 'मीदेखील अशाच प्रकारे किलबिल करून, प्रत्येक क्षणी कोणत्याही कारणाशिवाय आनंद मिळवू शकतो,' हे त्याला समजू शकत नाही.

मोह विकार वाटत नाही

तुम्हाला मोह हा विकार वाटत नाही, कारण तो प्रेमाचा जुळा भाऊ आहे. हा असा विकाररूपी रावण आहे, जो रामासारखा दिसतो. मोह असल्यामुळेच लोकांना दुःख होत असतं, 'माझी मुलं माझ्याशी वाईट वागली... माझ्या मुलाने मला घरातून बाहेर काढलं... मुलीने आमच्याशी कायमचं नातं तोडलं... माझे नातेवाईक धोकेबाज निघाले... माझ्याच आई-वडिलांनी मला वारसाहक्कातून वगळलं...' अशा इच्छा, अपेक्षा पूर्ण न झाल्यानेच मनुष्याला दुःख होतं.

अशा वेळी, तुम्हाला ताबडतोब सजग व्हायचं आहे. 'तुझी इच्छा तीच माझी इच्छा!' असं म्हणताच तुम्ही दुःखद घटनेमधून बाहेर याल. ही ओळ लक्षात राहिली, तर तुम्हाला दुःखमुक्त होण्यापासून कोणीही परावृत्त करू शकणार नाही; अन्यथा तुम्हाला विचार करावा लागेल, 'आता कोणती प्रार्थना करू? काय बोलू?' अशा वेळी तुम्हाला तात्काळ ही प्रार्थना आठवेल. मग कोणताही विकार, अहंकार किंवा अज्ञान तुमच्यासाठी बाधा ठरणार नाही. उलट घटनेवर मात करून तुम्ही मोकळेपणाने पुढे जाल. त्यानंतर हा निर्णय तुम्हाला, तुम्ही जे आहात, तेच बनून जगण्यासाठी उपयोगी पडेल आणि तुम्ही अहंकाराची सेवा न करता प्रेम, मौन, आनंद, ज्ञान आणि ध्यान यांच्यासह पुढे कार्य करू शकाल.

भाग १९

वास्तविक इच्छा ध्यान

'शत्रूवर विजय मिळवणाऱ्यापेक्षा स्वतःच्या इच्छांवर विजय मिळवणाऱ्यालाच मी जास्त शूर वीर मानतो.'

– अरस्तू

हे ध्यान सुरू करण्याआधी पूर्णपणे वाचून समजून घ्या. नंतर डोळे बंद करून आपल्या ठराविक ध्यान मुद्रेत बसा आणि आपली दृढता प्रगाढ करा.

तुम्ही ध्यानात बसल्यावर मनात असे विचार येऊ शकतात, 'ध्यानामध्ये असताना मला काही विलक्षण दिसावं, शरीरात कुठेही वेदना होऊ नये, वेळ लवकर संपावा, आज काहीतरी नवीन अनुभव यावा, रंग दिसावेत, कोणीही व्यत्यय आणू नये...' अशा वेळी 'या सर्व माझ्या इच्छा आहेत,' असं समजून त्यांच्यामध्ये न अडकता, त्यांना केवळ साक्षीभावाने जाणून ध्यानातील निरंतरता, सातत्य कायम ठेवावं.

१. हे ध्यान करताना सर्वप्रथम स्वतःलाच प्रश्न विचारा,

'सकाळी उठल्यानंतर माझ्या मनात कोणत्या इच्छा जागृत होतात?' प्रत्येकाच्या इच्छा वेगवेगळ्या असतात. 'अजून थोडा वेळ झोपायला मिळावं' अशी एखाद्याची इच्छा असू शकते, तर कोणाची लवकर उठण्याची इच्छा असते. काही लोकांना वाटतं, त्यांची सर्व कामं वेळेतच पूर्ण व्हावीत. काहींना काळजी वाटत असते, 'आज वीज तर जाणार नाही ना!' प्रत्येकाने आपापल्या इच्छा जागृत होताना सजगतेने पाहाव्यात.

२. सकाळी उठल्यावर आपल्याबाबतीत नेमकं काय होतं, याचं प्रत्येकानं निरीक्षण करावं. कोणत्या इच्छा उत्पन्न होतात किंवा होऊ शकतात? कारण माणसाच्या मनात इच्छा इतक्या तीव्र गतीने निर्माण होत असतात, की 'माझ्या मनात अमुक एक इच्छा उत्पन्न झाली आहे' हे त्याला कळतसुद्धा नाही. अशा वेळी त्याच्या काही इच्छा पूर्ण होतात, तर काही होत नाहीत.

३. कळत-नकळत प्रत्येक माणसाला असंच वाटत असतं, की त्याच्या सर्व इच्छा पूर्ण व्हाव्यात. म्हणून या ध्यानात, स्वतःला आपल्या कामाच्या ठिकाणी किंवा जिथे तुम्ही राहता, त्या वातावरणात असल्याचं पाहा. त्या ठिकाणी तुमची कोणती इच्छा असते? समजा, एखाद्या गृहिणीचं कामाचं ठिकाण म्हणजे स्वयंपाकघर असतं. तिथे तिच्या मनात इच्छा असते, 'पाणी लवकर जाणार नाही ना, घराची साफसफाई वेळेवर व्हावी, वेळी-अवेळी घरी पाहुणे येऊ नयेत, जेवण चांगलं बनावं... इत्यादी.'

४. ऑफिसमध्ये काम करणाऱ्यांची इच्छा असते, 'संध्याकाळी घरी जाण्याआधी ऑफिसची सर्व कामं पूर्ण व्हावीत... जर कुणाशी काही बेबनाव झाला असेल तर तो मिटावा... चांगल्या कल्पना सुचल्यावर किंवा काम चांगल्या पद्धतीने पूर्ण झाल्यावर माझी प्रशंसा व्हावी...'

अशा वेगवेगळ्या उदाहरणांच्या साहाय्याने तुमच्या इच्छा प्रकाशात आणायच्या आहेत.

५. विद्यार्थ्यांच्या इच्छा वेगळ्या असतात. जसं- 'शाळा-कॉलेज मधील मित्रांबरोबर मी चांगलं वागावं. मला कोणी चिडवू नये. सरांनी गृहपाठाबद्दल विचारू नये. मित्रांनी माझ्याकडे लक्ष द्यावं, लायब्ररीतून पुस्तकं वेळेवर

मिळावीत...' इत्यादी.

६. आता तुम्ही बाजारात आहात, अशी कल्पना करा. तिथे तुमच्या मनात कोणती इच्छा जागृत होते? अशा प्रकारे जिथे-जिथे तुम्ही असता, ते ठिकाण आठवून स्वतःला विचारा, 'त्या ठिकाणी माझी कोणती इच्छा जागृत होते? रेल्वे स्टेशन, मंदिर, भाजी मंडई, दराची घासाघीस करताना, मुलांबरोबर, मोठ्यांबरोबर, उन्हाळ्यात, हिवाळ्यात किंवा पावसाळ्यात मला कसं जाणवत असतं?'

७. यानंतर घटनांशी निगडित इच्छांवर आपलं ध्यान केंद्रित करा. प्रत्येक सणाच्या वेळेस तुमच्यामध्ये कोणती इच्छा जागृत होते, ते बघा. दिवाळी, दसरा, ख्रिसमस, ईद, दही-हंडी, गणेशोत्सव, मकर संक्रांत, होळी, रक्षाबंधन, नवरात्र, गुढी पाडवा किंवा नववर्षाचं आगमन... यावेळी कोणकोणत्या इच्छा प्रबळ होतात?

८. आता स्वतःला एखाद्या पार्टीमध्ये पाहा, तिथे तुमची कोणती इच्छा प्रबळ असते? कपडे, मिष्टान्न किंवा मंडप पाहून तुमच्या मनात कोणते विचार येतात? एखाद्या लग्नकार्यात, वास्तुशांतीच्या समारंभात आपल्या मनात कोणती इच्छा जागृत होते, याचं अवलोकन करा.

९. सकाळ, दुपार, संध्याकाळ तुम्ही ज्या ठिकाणी असता, तिथे कोणकोणत्या इच्छा जागृत होतात, हे पाहा.

१०. बॉससमोर किंवा टीव्हीसमोर, मसाज वा ब्यूटी पार्लरमध्ये, थिएटर किंवा ट्रीपच्या ठिकाणी, समुद्रकिनारा किंवा यात्रा... अशा विविध घटनांमध्ये तुम्ही आहात अशी कल्पना करून हे जाणण्याचा प्रयत्न करा, की तुमच्या मनात कोणकोणत्या इच्छा निर्माण होताहेत?

११. तुम्ही स्वतः गाडी चालवत असता किंवा बस, कार अथवा ट्रेनमध्ये प्रवास करताना तुमच्या मनात कोणत्या इच्छा निर्माण होतात?

१२. सरकारी कार्यालय, पोस्ट ऑफिस, डॉक्टरकडे किंवा एखाद्या रुग्णाला भेटायला हॉस्पिटलमध्ये गेल्यावर किंवा परिचिताच्या मृत्यूप्रसंगी तुमच्या

मनात कोणती इच्छा उत्पन्न होते, याचं अवलोकन करा.

१३. खेळाच्या मैदानात किंवा प्रदर्शनात तुमच्या मनात कोणत्या इच्छा जागृत होतात? ज्या ठिकाणी तुम्ही नसता, ती ठिकाणं सोडून इतर ठिकाणी स्वतःला पाहा, तिथे कोणत्या इच्छा निर्माण होतात?

१४. तुमचं शरीर झोपलेल्या अवस्थेत आहे, धावत आहे, बसलेलं आहे किंवा तातडीचं काम करतंय, त्याचबरोबर शरीर आजारी आहे किंवा कोणी तुम्हाला बोअर करतंय... अशा सर्व घटनांमध्ये मनात जागृत होणाऱ्या इच्छांकडे साक्षीभावाने पाहत राहा. त्यांना एक-एक करून प्रकाशात आणा आणि कोणत्या इच्छा जागृत होत आहेत, हे जाणा.

तुम्हाला तुमच्या वास्तविक इच्छेची ओळख व्हावी, हा या ध्यानामागील उद्देश आहे. निरनिराळ्या प्रसंगी उद्भवणाऱ्या इच्छा तुमची अवस्था दर्शवून तुम्हाला तेजइच्छेकडे, शुभइच्छेकडे घेऊन जातात. यातून पुढील मार्ग प्रकाशित होतो. मग तुमच्याकडून तशीच प्रार्थना आणि कृती होते. प्रकाशित मार्ग पाहून तुमच्यामध्ये नवीन प्रार्थना निर्माण होते.

योग्य समज आल्याने तुमचं ध्यान फलित होईल आणि तुमच्यामध्ये 'वास्तवात मी जो आहे, तो बनून जगावं' अशी इच्छा उत्पन्न होईल; जेणेकरून जास्तीतजास्त वेळ तुम्हाला सत्याची आठवण राहावी आणि त्याच सत्यप्रकाशात दृढभावाने तुम्ही अभिव्यक्ती करावी.

ही तेजइच्छा ध्यानादरम्यान निर्माण झालेल्या दृढतेमुळे जागृत होते, कारण ध्यानात तुम्हाला असली सत्याचं दर्शन होत असतं. अधिकाधिक वेळ ध्यानात बसल्याने ही तेजइच्छा प्रखर बनते. मग तिच्यासमोर इतर सर्व इच्छा नगण्य वाटू लागतात. त्यानंतर प्रत्येक ठिकाणी तुम्ही वास्तवात जे आहात, तेच बनून उपस्थित राहता.

हे पुस्तक वाचतानासुद्धा तुम्ही सत्याचा अनुभव करू शकाल, कारण तुम्ही शरीर नसून, शरीराच्या माध्यमातून 'स्व'चा, आपल्या अस्तित्वाचा अनुभव करू शकता. तुम्हाला सतत आपल्या अस्तित्वाची जाणीव (सेन्स ऑफ प्रेझेन्स) होत आहे. याच अवस्थेला 'तेजइच्छा' म्हटलं गेलंय. जोपर्यंत आपल्या तेजइच्छेला बळ मिळत नाही, तोपर्यंत आपण स्वतःला ध्यान करण्यासाठी प्रवृत्त केलं पाहिजे; अन्यथा

कशी मिळेल इच्छांपासून मुक्ती

दिखावटी सत्यामध्ये, बाहेरील इच्छांमुळे तेजइच्छा दबून जाते, म्हणून ध्यानाचे महत्त्व आहे. यासाठीच तुम्ही नियमितपणे ध्यान करून सत्याचं दर्शन करा. यासाठी योग्य पद्धतीने ध्यान करणाराच म्हणू शकेल, 'आम्ही ध्यान केलं हे खूप छान झालं! अन्यथा माझं स्वतःला जाणणं, हे न जाणण्यासारखंच होतं!'

अशा प्रकारे इच्छांचं अवलोकन करता करता तुम्ही तेजइच्छेपर्यंत पोहोचाल. यामुळे तुम्हाला सत्यप्राप्तीसाठी बळ मिळत राहील आणि तुमचा ध्यान करण्याचा उद्देश सफल होईल, म्हणून जेव्हा कधी तुमच्या मनात एखादी इच्छा निर्माण होईल, तेव्हा ही अमुक इच्छा तुम्हाला तेजइच्छेची आठवण करून देत आहे, असं समजा. यालाच 'सापाचाही शिडीप्रमाणे वापर करणं' असं म्हटलं जातं. आपल्याला इच्छांच्या गुंत्यात गुंतवणाऱ्या मायेलाच सत्यप्राप्तीसाठी निमित्त बनवायचं आहे.

आता यानंतर कोणताही संभ्रम उरणार नाही, सर्व समस्या सुटतील, मान्यतांचा अंत होईल, भ्रम सरेल, मायेचा पडदा दूर होईल. ध्यानामध्ये अशा सर्व गोष्टी प्रकाशात येतात.

माणसाला जोपर्यंत हे दिसत नाही, तोपर्यंत तो नियम आणि त्यासोबत येणाऱ्या परिणामांमध्ये अडकलेला राहतो. जसं, ध्यानात बसल्यावर 'मला कंटाळा तर येणार नाही ना? हा वेळ लवकर समाप्त व्हावा, काही त्रास होऊ नये, शरीरात काही वेदना होऊ नयेत' इत्यादी. अशा इच्छा जागृत होऊनही 'हा वेळ तेजइच्छा जागृत करण्याचा आहे' हे जर तुम्हाला समजलं, तर तुम्ही ध्यानात योग्य प्रकारे बसू शकाल. मग ध्यान करण्याचं टाळण्यासाठी तुम्ही कोणतीही सबब सांगणार नाही. उलट तुम्ही ध्यानाचा लाभ घेत सत्याचं दर्शन करत राहाल आणि 'मी जो आहे, तोच बनून जास्तीतजास्त वेळ जगावं' या तुमच्या शुभइच्छेला बळदेखील मिळत राहील. काही कारणामुळे जर सत्याचं विस्मरण घडलं, तर तेदेखील तेजइच्छा वाढवण्यासाठी निमित्त बनावं.

हे सत्य जाणताच तुमच्या सर्व गुणांची अभिव्यक्ती होईल; अन्यथा स्वतःला 'नकली मी' (अहंकार) मानून फक्त व्यक्तीच्या गुणांची अभिव्यक्ती होत राहते; परंतु आता मात्र वास्तवात तुम्ही जे आहात (असली मी, वैश्विक मी, तेज मी, ओम... ज्याला वेगवेगळ्या लोकांनी विभिन्न नावं दिलेली आहेत), त्याचीच अभिव्यक्ती होईल.

तेजइच्छेमध्ये बळ प्राप्त केल्याबद्दल तुम्हा सर्वांचं अभिनंदन!

कशी मिळेल इच्छांपासून मुक्ती

या ध्यानामध्ये तेजइच्छेची समज प्राप्त झाल्यावर संसारात गेल्यानंतर तुमच्या मनात काही इच्छा निर्माण होतीलही, परंतु आता 'अमुक इच्छा स्वतःला जाणून उत्पन्न झाली आहे, की स्वतःला विसरून जागृत झाली आहे' हे तुम्हाला समजू शकेल.

प्रत्येक ठिकाणी अभिव्यक्ती करताना 'स्वचे स्मरण' केल्याने आयुष्यात काय फरक पडतो, याची तुम्हाला तेजइच्छा ध्यानातून समज प्राप्त होईल.

स्वयंपाक करणं किंवा ऑफिसच्या फाईल्स पूर्ण करणं, अशी जी कामं तुम्ही याआधी करत होता, त्या कामांची गुणवत्ता आता नक्कीच बदलेल.

डोळे बंद करून इच्छांचं ध्यान करता-करता तुम्ही कुठे पोहोचणार आहात, हे तुम्हाला ठाऊक नसतं. या प्रक्रियेमध्ये तुमच्या मनात काय चालत होतं आणि शेवटी तुम्हाला कोणती शिफ्टींग मिळाली, इच्छांना प्रकाशात आणल्यामुळे वास्तविक इच्छेला किती बळ मिळालं, हे आपण जाणलंत; म्हणून आज तुम्ही ज्या ठिकाणी आहात, त्यानुसार तेजइच्छेला बळ देण्यासाठी उघड्या डोळ्यांनीही तुम्ही ध्यान करू शकता.

खंड ३

अंतिम निष्कर्ष

‘इच्छापूर्तीची आशा आपल्याला भविष्यात घेऊन जाते; तर पश्चात्ताप भूतकाळात’

भाग २०

इच्छापूर्ती वृक्ष

एका घनदाट जंगलात इच्छापूर्ती करणारा एक कल्पवृक्ष होता. त्याच्या खाली बसून कोणतीही इच्छा करताच ती ताबडतोब पूर्ण होत असे. पण खूप कमी लोकांना ही गोष्ट माहीत होती, कारण त्या घनदाट जंगलात जाण्याचे धाडसच कोणी करत नव्हतं.

एकदा योगायोगाने एक थकलेला माणूस आराम करण्यासाठी त्या वृक्षाखाली बसला. पण त्याला कधी झोप लागली हेदेखील कळले नाही. जेव्हा तो जागा झाला, तेव्हा त्याला खूप भूक लागली होती. आजूबाजूला नजर फिरवत तो म्हणाला, 'काहीतरी खायला मिळालं तर किती छान होईल!' ताबडतोब स्वादिष्ट पक्वान्नांनी भरलेली थाळी हवेतून तरंगत त्याच्यासमोर आली. त्याने पोटभर जेवण केलं आणि तो विचार

करू लागला, 'आता काहीतरी पेय प्यायला मिळाले तर बरं होईल!' तात्काळ त्याच्यासमोर अनेक प्रकारची सरबतं हवेतून तरंगत आली. सरबत प्यायल्यावर तो आरामात बसून विचार करू लागला, 'मी स्वप्नात तर नाहीये ना? हवेतून जेवण आणि पाणी प्रकट होताना याआधी मी कधीच पाहिलं नाही किंवा ऐकलंही नाही. नक्कीच या झाडावर एखादं भूत राहत असावं, जे मला खायला-प्यायला घालून नंतर खाऊन टाकेल!' असा विचार करताच, लगेच त्याच्यासमोर एक भूत प्रकटलं आणि त्याने त्याला खाऊन टाकलं.

या प्रसंगावरून तुमच्या लक्षात येईल, की आपले मनच कल्पवृक्ष आहे. तुम्ही ज्या गोष्टीची प्रबळ इच्छा कराल, ती तुम्हाला नक्कीच मिळेल. बहुतांश लोकांना आयुष्यात वाईट गोष्टी अशासाठी मिळतात, कारण ते वाईट गोष्टींचीच इच्छा करतात.

कित्येकदा मनुष्य असा विचार करतो, 'पावसात भिजल्याने मी आजारी तर पडणार नाही ना?' आणि तो खरंच आजारी पडतो. मनुष्य विचार करतो, 'मला व्यापारात नुकसान तर होणार नाही ना?' आणि मग खरोखरच नुकसान होतं. मग तो विचार करतो, 'माझं नशीबच खराब आहे,' आणि खरंचच त्याला तसा प्रत्यय येतो. मनुष्य विचार करतो, 'साहेब मला नोकरीतून काढून तर टाकणार नाहीत ना?' आणि त्याला नोकरीवरून काढलं जातं.

तुमचं अवचेतन मन कल्पवृक्षाप्रमाणे तुमच्या इच्छा इमाने-इतबारे पूर्ण करीत असल्याचं निदर्शनास येईल, म्हणून तुम्ही तुमच्या मनात सावधपणे विचारांना प्रवेश करण्याची अनुमती दिली पाहिजे. जर चुकीचा विचार आला, तर चुकीचे परिणाम मिळतील. **विचारांवर ताबा ठेवणे हेच आपल्या आयुष्यावर ताबा ठेवण्याचं रहस्य आहे,** कारण तुमच्या विचारांमुळेच तुमचे आयुष्य स्वर्ग किंवा नरक बनत असते. विचारांमुळेच तुमचे जीवन सुखी किंवा दुःखी बनते. विचार हे जादूगारासारखे असतात, ते बदलून तुम्ही तुमचे जीवन बदलू शकता.

भाग २१

प्रश्नोत्तरे

'ज्यांची इच्छाशक्ती प्रबळ असते, ते सांसारिक संपत्तीच्या हानीबद्दल कधीही तक्रार करत नाहीत'

– तिरूवल्लुवर

१. आत्मसाक्षात्कार झालेले संत, महात्मे यांना जन्म-मरणाच्या फेऱ्यांतून मुक्ती किंवा मोक्ष मिळतो का? त्यांची कोणतीही इच्छा शिल्लक राहत नाही का? लोकांच्या कल्याणासाठी ते पुनःपुन्हा जन्म घेण्यासाठी तयार असतात? जर असं असेल, तर त्यांना मोक्षप्राप्तीचीसुद्धा इच्छा नसते का?

वरील प्रश्नावर जर असा प्रतिप्रश्न केला, की 'तुम्हाला नाक प्राप्त करण्याची इच्छा होते का?' किंवा असं विचारलं, 'मला नाक मिळावं असं तुम्हाला वाटतं का?' तर यावर तुमचं काय उत्तर असेल? 'नाही,' 'का?' कारण तुम्हाला आधीच

नाक मिळालेलं आहे. त्याचप्रमाणे संत-महात्म्यांना मोक्ष मिळवण्याची इच्छा नसते, कारण त्यांना आधीच मोक्ष मिळालेला असतो. जोपर्यंत एखादी गोष्ट मिळालेली नसते, तोपर्यंतच ती प्राप्त करण्याची इच्छा असते.

तुम्ही जेव्हा कुणाला महात्मा, आत्मसाक्षात्कारी किंवा संत म्हणता, याचाच अर्थ त्यांना आधीच मोक्ष प्राप्त झालेला आहे. मग इतर गोष्टी लोकांच्या वेगवेगळ्या अवस्था लक्षात घेऊन सांगण्यासाठी असतात. काही लोक अध्यात्मात नवीन असतात, म्हणून त्यांना गहन अर्थ असलेली उत्तरं समजत नाहीत. त्यांना प्रेरणा मिळावी, म्हणून मुलभूत गोष्टी सांगितल्या जातात; जेणेकरून ते अव्यक्तिगत जीवन जगण्यासाठी तयार व्हावेत. जेव्हा ते त्या संत-महात्म्यांना त्या प्रकारचं आयुष्य जगताना पाहतात, तेव्हा त्यांच्यातही तेजइच्छा जागृत होते.

सत्संगाला जाण्याचं हेच महत्त्व आहे; कारण तुम्ही जेव्हा तिथे सत्याशी संबंधित काही पाहाल, ऐकाल, तेव्हाच 'आमचं जीवनदेखील असं बनू शकतं, आम्हीसुद्धा नेहमी आनंदात राहू शकतो' अशी तेजइच्छा तुमच्यामध्ये जागृत होईल.

वास्तवात मोक्ष म्हणजे अशी अवस्था, ज्यात व्यक्ती म्हणजेच अहंकाराचं जन्म-मरण समाप्त होतं. बारकाईने विचार केला तर समजेल, की दिवसभरात तुम्ही स्वतःला कधी सेल्फ, चैतन्य तर कधी व्यक्ती समजून बोलत असता. स्वतःला तुम्ही कधी विसरून जाता, हे तुमच्या लक्षातही येत नाही. यालाच जन्म-मरण म्हटलं आहे. एखाद्या सामान्य माणसाचं जीवन पाहिलं तर समजेल, की एकाच दिवसात किती वेळा त्याचा जन्म-मृत्यू होत असतो. अहंकाराचा जन्म-मृत्यू समाप्त होणे, हाच स्टॅबिलायझेशनचा, मुक्तीचा आणि मोक्षाचा अर्थ आहे.

एखाद्या विजेच्या उपकरणाला स्टॅबिलाइजर लावला जातो, तेव्हा विजेमध्ये चढ-उतार (fluctuation) न होता नियमितपणे वीजप्रवाह येतो. जितक्या दाबाची गरज आहे, तेवढाच दाब मिळतो. त्याचप्रमाणे संत-महात्म्यांमध्ये ही समज आलेली असते, की आता वेगळ्याने मोक्ष प्राप्त करण्यासारखी कोणती गोष्ट नाहीये, तसेच मृत्यूनंतर असं काहीतरी घडेल, ज्याला मोक्ष म्हटलेलं आहे, अशीही कोणती बाब नाहीये. त्यांना हे स्पष्ट झालेलं असतं, 'चैतन्य हे एकच तत्त्व असून, त्याचेच अनेक जन्म असतात.'

संत जेव्हा म्हणतात, 'पुनःपुन्हा जन्म मिळाला तरी ते सेवा करतील,' तेव्हा त्यांच्या

म्हणण्याचा अर्थ असतो, की 'स्व'चा जो उच्च अनुभव त्यांना मिळाला आहे, त्याची पुनरावृत्ती व्हावी; परंतु लोकांना या गोष्टी समजू शकत नाहीत. अनेकदा त्या उत्तराची उजळणी केली जाते, तेव्हा लोकांना ते थोडं-थोडं समजू लागतं. नाही तर ज्ञानामध्ये जो अर्धाकच्चा असतो, तो सुरुवातीच्या उत्तरातूनच बाहेर पडू इच्छित नाही.

वडीलधाऱ्यांचा लवचिकपणा वयानुसार संपत जातो. त्यामुळे जेव्हा ते एकाच गोष्टीची वेगवेगळी उत्तरं ऐकतात, तेव्हा या संभ्रमात पडतात, की अमुक संत सांगतात, ते बरोबर आहे व तमुक संताचं म्हणणं चूक! खरं तर, कुणाचं चूक वा बरोबर असण्याचा प्रश्नच उद्भवत नाही. ज्या प्रकारचे श्रोते समोर असतात, त्यांच्या बुद्धीच्या कुवतीनुसार संतांकडून त्यांना उत्तरं दिली जातात. ती ऐकून, त्यावर मनन-चिंतन करून, त्यांच्यामध्ये सत्य जाणण्याची तीव्र इच्छा जागृत व्हावी. त्यानुसार ते कर्म करू शकतील, अन्यथा थोडेसे ज्ञान मिळवून लोक अर्धज्ञानी बनतात. अशा लोकांना उच्च स्तरावरील ज्ञान देणे धोकादायक असतं. म्हणून सर्वप्रथम पात्रता तयार करण्याबद्दल सुचवलं जातं. त्यामध्ये ज्ञानप्रणालीचं महत्त्व ठळकपणे समोर येतं.

तुम्ही जेव्हा सर्व ज्ञानाची सरमिसळ करून ऐकता, तेव्हा एवढंच म्हणू शकता, 'हो, आम्हाला सत्संगात गेल्याने चांगलं वाटतं!' पण ही गोष्ट याच्यापुढे काही सरकत नाही. जगण्याची प्रेरणा अशी नसते, हे कित्येकांच्या लक्षात येत नाही. याच्या उलट, एका प्रणालीच्या अंतर्गत, सत्य-ज्ञानाचा लाभ घेतल्यावर तुम्ही तुमच्या सर्व इच्छा समजून घेऊन पुढे जाऊ शकता. त्यांच्यापासून मुक्त होण्याच्या दृष्टीने पहिलं पाऊल टाकू शकता, जिथे तुम्हाला श्रवण, सेवा, भक्तीच्या त्रिकोणात राहण्याची आज्ञा मिळते. यातूनच तेजइच्छेला बळ मिळतं. मग सहजतेने तुम्ही सत्यात स्थापित होऊ शकता.

एखाद्या शरीराला सेवा करण्याची सवय नसेल, तर ज्ञानप्राप्तीनंतरही तो सेवा करणे टाळतच राहील. अशा वेळी सेवकाची सेवा कधीच होणार नाही. परिणामी, अनेक गोष्टी जाणून घेण्यापासून तसेच समजून घेण्यापासून तो वंचित राहील. खरं तर काही गोष्टी निव्वळ पाहूनच मनुष्य त्या समजून घेऊ शकतो. शेवटी, स्वानुभवामुळेच दृढता प्राप्त होते, म्हणून माणसाला या सगळ्यांतून जाणं आवश्यक असतं.

काही नाती अशी असतात, ज्याच्यामध्ये पुरुष स्त्रीला समजून घेऊ शकतो आणि स्त्री पुरुषाला समजून घेते. नाही तर लोक एकच पैलू समजून पृथ्वीवरून जातात. तुम्हाला

जर मुलगी असेल, तर तिच्यामुळे काही गोष्टी समजून घ्यायला मिळतात आणि मुलगा असेल तर अजून काही वेगळ्या गोष्टी समजून घेता येतात. सर्व प्रकारच्या नात्यांच्या माध्यमातून निरनिराळं ज्ञान उपलब्ध होत असतं. एकाच प्रकारचं ज्ञान मिळवून, मनुष्य दुसरा पैलू कधी समजूच शकत नाही. शिवाय तो हृदयाची हाकही समजू शकत नाही. म्हणूनच पृथ्वीवर ही सर्व व्यवस्था केली आहे. प्रत्येक इच्छा ही तेजइच्छेसाठी निमित्त बनलेली आहे. प्रत्येक क्षणी तुमचीच इच्छा पूर्ण होत असते, गरज आहे, ती फक्त उच्च दृष्टीने बघण्याची!

२. गुरूने दिलेल्या ज्ञानावर पूर्ण विश्वास असूनही, हवी तशी कृती होत नाही, अशा वेळी काय करायला हवं?

एखादी गोष्ट कृतीमध्ये तेव्हाच उतरते, जेव्हा त्याच्याबाबतीत तुम्हाला पूर्ण श्रद्धा असते. श्रद्धा प्राप्त होण्यासाठी काही गोष्टींची वारंवार उजळणी केली जाते. जेव्हा काही गोष्टी आपण वारंवार ऐकतो, तेव्हा त्या भावनेद्वारे विचारांत यायला सुरुवात होते. मग विचारांमधून वाणीमध्ये आणि वाणीतून कृतीमध्ये यायला लागते. 'अशा परिस्थितीत मी कसा विचार करू, जेणेकरून मुक्त होऊ शकेन?' असं यापूर्वी एखाद्या घटनेमध्ये तुम्हाला प्रयत्नपूर्वक आठवावं लागत होतं. पण आता हे इतकं सहज होतं, की तुमच्या आतून, तुमच्या वाणीतून सहजतेनं, लगेच शब्द येतात, **'तुझी इच्छा तीच माझी इच्छा... दाय विल बी डन... इन्शा अल्लाह!'**

पुढे तुम्हाला अशा गोष्टी आठवतील, 'तुम्ही जे आहात, याचंच स्मरण होऊन' तुम्ही स्वतःला विचाराल, 'या परिस्थितीत मी कोणता निर्णय घेऊ?' जेव्हा या गोष्टी तुम्ही आयुष्यात आचरणात आणाल, तेव्हाच त्याचा परिणाम दिसेल. परिणाम दिसल्यानंतर मन त्याची जुनी सवय सोडेल. भुंगा आपली मधुकरवृत्ती केव्हा सोडतो? तर जेव्हा त्याला त्याच्या मनाप्रमाणे रस असलेलं फूल सापडतं तेव्हा! तोपर्यंत तो भटकत इकडे-तिकडे रस शोधत राहतो. मन हे असंच असतं, म्हणून तेजरस असणाऱ्या गोष्टींमध्ये मनाला गुंतवायचं आहे.

समजा, एखाद्या सत्संगामध्ये माणसाच्या मनात इच्छा येते, 'चला, बाहेर जाऊन एक सिगारेट ओढू या, मग परत शिबिरात येऊन बसू या!' अशा वेळी त्या मनुष्याची सिगारेट ओढण्याची इच्छा पूर्ण झाल्यावर, तो विचार करतो, 'चला, ही इच्छा पूर्ण

झाली तर जरा अजून काहीतरी करावं!' अशा प्रकारे तो एकाच वेळी दोन दगडांवर पाय ठेवत असतो. सुरुवातीला तो स्वतःला सांभाळूनही घेतो आणि मग विचार करतो, 'नंतरसुद्धा असंच करत राहू. यात वाईट असं काय आहे, यातसुद्धा आनंद मिळतच आहे!'

सत्याच्या मार्गावर चालत असताना तुमच्यात इतकं बळ आलं पाहिजे, की तुम्ही दोन नावांवर पाय न ठेवता अव्यक्तिगत जीवन जगू शकाल. ज्या गोष्टी क्वचित होतात, त्या या गोष्टीकडे लक्ष वेधून घेतात, की तुमच्या अंतर्यामी अजूनही काही अप्रकाशित भाग असून, तो प्रकाशात आणायचा आहे. एखादी गोष्ट मनात खुपते, वाईट वाटते, तेव्हा त्यातून हे विचारण्याची शक्ती मिळते, 'अजूनही हे असं कधी-कधी का होतंय? असा कोणता भाग आहे, ज्यावर पूर्ण मनन झालेलं नाही? अद्याप आपल्यात अशी कोणती वृत्ती, सवय आहे, जिच्यामुळे आपण भक्तीला अंतिम श्रेणीत ठेवतो?' ही गोष्ट एका उदाहरणाने समजून घेऊ या.

एक जादूगार आपल्या हातातील पत्त्यांमधून तुम्ही जो पत्ता सांगता, तो बरोबर काढून देतो; परंतु त्याने ही गोष्ट कशी केली हे कोणालाही दिसत नाही. जादूगाराने या कलेमध्ये प्राविण्य मिळवण्यासाठी किती वर्षे परिश्रम केले असतील? एकट्यानेच बसून त्याने ५२ पत्ते किती वेळा खेळले असतील? कितीतरी वेळा तो अयशस्वीही झाला असेल, परंतु त्याने हार मानली नाही. या खेळात प्राविण्य मिळवायचंच हे त्यानं पक्कं ठरवलेलं असतं. अन्य कोणी जर हे करू शकतो, तर मी का नाही, असा विचार तो करतो. अशा प्रकारे दररोजच्या अभ्यासाने प्रत्येक पत्ता त्याच्या मनावर कोरला जातो.

यासाठी तुम्हीदेखील दररोज आपली साधना करत राहा. तुमच्या हातात ५२ पत्ते असतात आणि तुम्ही ते मागे टाकता. मन स्थिर नसल्यामुळे असं होत असतं, म्हणून काही गोष्टींना (श्रवण, सेवा, भक्ती) नेहमी अग्रक्रम द्या; कारण तुम्हाला ५२ पत्त्यांवर प्रभुत्व मिळवायचं आहे. एकदा का तुम्ही प्राविण्य मिळवलंत, तर तेच मिळेल, जे तुम्हाला हवंय. सत्यश्रवण करताना ज्या गोष्टी पुढे येत आहेत, त्यांना तुम्ही आपल्या सवयीनुसार पुन्हा मागे टाकता. पण त्यांना तुम्हाला परत पुढे आणायचं आहे. या सततच्या अभ्यासाने हळूहळू तुमचा स्वभाव असा बनेल, तुम्ही जिथे कुठे जाल, तेच पत्ते पुढे ठेवाल, जे तुम्हाला नेहमी बघायचे आहेत. स्वाभाविकपणे, यानंतर तुम्ही कुठल्याही गोष्टीत अडकणार नाहीत.

३. माझ्या आयुष्यात ज्या काही घटना घडल्या आहेत, त्या विचारांमुळे की दैवी योजनेमुळे घडल्या आहेत?

तुमच्या जीवनात जे काही घडलंय किंवा घडत आहे, त्याचं कारण म्हणजे तुमचे विचार. कोणतीही घटना, मग ती दिव्य योजनेनुसार आली असो वा इतर काही कारणांनी, त्यामध्ये विचार आपले काम चोख बजावतात, कारण विचारनियम सृष्टीच्या नियमानुसार चालतात. संसाराचं चक्र याच नियमांच्या अंतर्गत चालत असतं. जसं, लोकांच्या मनात विचार उत्पन्न होतात, घटना घडतात आणि विकास किंवा तेजविकास होतो; म्हणून कोणत्याही घटनेमध्ये विचार, मग ते समजूतदारपणाचे असोत की अज्ञानाचे, आपली भूमिका व्यवस्थितपणे बजावतात, हे निश्चितपणे लक्षात ठेवा.

तुम्ही जेव्हा दिव्य योजनेनुसार मागणी करता, तेव्हा त्यानुसारच आयुष्यात गोष्टी येतात. तुम्ही तुमच्या उच्चतम शक्यतेसाठी प्रार्थना करत असाल, तर मग ती दिव्य योजनेनुसारच पूर्ण होईल.

प्रत्येक माणसाच्या बाबतीत चार शक्यता सांगितल्या जातात. पहिली, मनुष्य दुःखाने भरलेलं जीवन जगेल, नेहमी अडकलेला राहील. दुसरी, कधी आनंद तर कधी दुःखात राहील. म्हणजे मनुष्य कधी अडकलेला तर कधी समस्येतून बाहेर आलेला राहील. तिसरी, त्याचे जीवन सहजसोपे असेल, काही बिकट समस्या वा विघ्न नसेल, परंतु त्याला उच्चतम लक्ष्यसुद्धा मिळणार नाही. चौथ्या शक्यतेत त्याला दिव्य योजनेनुसार सर्व काही मिळेल.

सांगण्याचं तात्पर्य, प्रत्येक मनुष्यात चौथी शक्यता प्राप्त करण्याची क्षमता आहे. जशी भगवान बुद्धाची उच्चतम शक्यता सफल झाली, तशीच सर्वांची होऊ शकते. जेव्हा तुम्ही तुमच्या दिव्य योजनेनुसार कार्य कराल, तेव्हा ती शक्यता प्रकट होईल. तुम्ही व्यक्ती (अहंकार) बनून काही मागत असाल, तर जे काही प्राप्त होईल, ते दुय्यम शक्यतेतून मिळेल; कारण या दोन्ही घटनांमध्ये विचारच काम करत असतात.

भाग २२

इच्छा दी है ...

इच्छा दी है तो मुक्ति भी दोगे जरूर,
प्यास दी है तो ज्ञान भी दोगे जरूर ॥

१) प्रार्थना हम से तो तू ही करवाता है (२)
हे ईश्वर आप मुझे आप बनाओ...
क्योंकि आज तक आपने मुझे बहुत सारे खिलौने दिए,
वो खिलौने जो घर, धन और मन के आनंद के रूप में

आज भी हमारे पास हैं।
लेकिन आज मुझे आपके सिवा और कुछ नहीं चाहिए...
कुछ भी नहीं चाहिए... कुछ भी नहीं चाहिए...
प्रार्थना हम से तो तू ही करवाता है (२)
आँख हम हैं तो तू ही है हमारा गुरु... (२)
इच्छा दी है तो मुक्ति भी दोगे जरूर... (२)

२) नाच तन मन का तो तू ही करवाता है
धुम तना तना नी धुम तना...
नाच तन मन का तो तू ही करवाता है... (२)

कशी मिळेल इच्छांपासून मुक्ती

नाक हम है तो तू है इसका गुरूर... (२)
इच्छा दी है तो मुक्ति भी दोगे जरूर... (२)

३) मन की मैं मैं है बाधा तुम्हें पाने में (२)
मन की मौत ही आत्मदर्शन का कारण है,
आइए इस कारण को समझें,
कारण को जानें, इसी से हम आत्मज्ञान
की ओर बढ़ सकते हैं।
मन की मैं मैं है बाधा, तुम्हें पाने में... (२)
मैं भी तेरी है, मैं को तू कर चकनाचूर... (२)
इच्छा दी है तो मुक्ति भी दोगे जरूर... (२)

४) भजन हम से तो तू ही करवाता है... (२)
तेजम्... तेजम्... (२)
भजन हम से तो तू ही करवाता है... (२)
कंठ हम हैं तो तू ही है साज और सुर... (२)
इच्छा दी है तो मुक्ति भी दोगे जरूर... (२)

५) ध्यान हम से तो तू ही करवाता है... (२)
ध्यान तो है, ध्यान तो है...
मगर ध्यानी नहीं है...
सिर्फ और सिर्फ तेजमौन है... तेजमौन है...
ध्यान हम से तो तू ही करवाता है... (२)
शिष्य हम हैं तो तू ही हमारा गुरु... (२)
इच्छा दी है तो मुक्ति भी दोगे जरूर... (२)
प्यास दी है तो ज्ञान भी दोगे जरूर... (२)
प्यास दी है तो ज्ञान भी दोगे जरूर... (२)

अनावश्यक इच्छा, विचार आणि विकारांतून मुक्त होण्यासाठी या पुस्तकांचा लाभ घ्या

नम्रतेची शक्ती
अहंकारातून मुक्ती

पृष्ठसंख्या : १४४   मूल्य : ₹ १५०

Also available in Hindi

मानवी मनात अनेक भावनांपैकी असणारी 'अभिमान' हीदेखील एक भावनाच आहे, तिला आपण 'गर्व', 'घमेंड' किंवा 'अहंकार' या नावांनी संबोधतो. या अभिमानाचा अतिरेक झाला, तर हाच अभिमान आपल्याला आयुष्याच्या अशा वळणावर आणून उभा करतो, जेथे मुक्तीचे सर्व मार्ग बंद होतात.

अभिमान ही मनुष्याची दुर्बलता असून 'स्वभान' ही त्याची शक्ती आहे. 'असली' अहंकारापासून मुक्त होऊन मनुष्य जी शक्ती प्राप्त करतो, ती असते पावित्र्याची आणि नम्रतेची शक्ती. स्वतःला इतरांपासून वेगळं समजणं हाच खराखुरा म्हणजे 'असली' अहंकार होय. नकली अहंकारापासून लोक बचावतातही, पण ज्ञानाच्या अभावी 'असली' अहंकार प्रकाशात येऊ शकत नाही. असली व नकली अहंकारातील फरक, नम्रतेची शक्ती आणि अहंकारातून मुक्त होण्यासाठीचे उपाय... अशा अनेक विषयांसंबंधी सरश्रींनी प्रस्तुत पुस्तकात मार्गदर्शन केले आहे. या मार्गदर्शनाचा लाभ घेऊन अहंकारातून मुक्त व्हा आणि नम्रतेच्या शक्तीचा अनुभव घ्या...

अंतर्मनाच्या शक्तीपलीकडील आत्मबळ

पृष्ठसंख्या : १४४   मूल्य : ₹ १४०

Also available in Hindi

अंतर्मनाच्या शक्तीमागे कोणते आत्मबळ कार्यरत असते, याचा उलगडा प्रस्तुत पुस्कात करण्यात आला आहे. या पुस्तकामुळे तुम्हाला आरोग्य, ज्ञान, शांती, कला, कौशल्य आणि समृद्धी प्राप्त करण्याचे रहस्य तर उमगेलच; पण त्याहीपलीकडे गवसेल, आत्मबळाचे वरदान!

याशिवाय प्रस्तुत पुस्तकात समाविष्ट आहे : *अंतर्मनाला कसे आणि का प्रशिक्षित करावे? *अंतर्मनापलीकडे असणाऱ्या, आत्मबळ प्रदान करतील अशा पाच शक्ती *आत्मबळाच्या आधारे अशक्यप्राय ध्येय पूर्ण कसे करावे? *भावना कशा हाताळाव्यात? *ऊर्जा एकाग्रित कशी करावी? *स्वयंशिस्त, धैर्य आणि सहनशीलता आत्मसात कशी करावी? थोडक्यात, या पुस्तकात सामावले आहे अंतर्मनाच्या शक्तीने सामर्थ्यशाली बनण्याचे रहस्य. तेव्हा समृद्ध जीवनाचा शुभारंभ करा... आज... आता... या क्षणी!

आपणास हवी असलेली पुस्तकं घरपोच मिळण्यासाठी मनीऑर्डर पाठवा.
ही पुस्तकं आमच्या खर्चाने रजिस्टर्ड पोस्ट, कुरिअर आणि व्ही.पी.पी.द्वारे पाठवली जातील. त्यासाठी खालील पत्त्यावर संपर्क साधावा.

वॉव पब्लिशिंग्ज् प्रा. लि.

* रजिस्टर्ड ऑफिस : E-4, वैभव नगर, तपोवनमंदिराजवळ, पिंपरी, पुणे – ४११०१७
* पोस्ट बॉक्स नं. ३६, पिंपरी कॉलनी, पोस्ट ऑफिस, पिंपरी–पुणे – 411017.

फोन नं. : 09011013210 / 9623457873

आपण पुस्तकांची ऑर्डर ऑनलाईनही देऊ शकता.

लॉग इन करा – www.gethappythoughts.org

३०० रुपयांहून अधिक किमतीची पुस्तकं मागवल्यास १०% सूट मिळेल.

पुस्तकांसंबंधी अधिक माहितीसाठी संपर्क साधा : 9623457873

For online shopping visit us : www.gethappythoughts.org

एक अल्प परिचय
सरश्री

स्वीकार मंत्र मुद्रा

सरश्रींचा आध्यात्मिक शोध त्यांच्या बालपणापासूनच सुरू झाला होता. हा शोध सुरू असताना त्यांनी अनेक प्रकारच्या पुस्तकांचा अभ्यास केला. त्याचबरोबर आपल्या आध्यात्मिक शोधात मग्न राहून त्यांनी अनेक ध्यानपद्धतींचा अभ्यास केला. त्यांच्या या शोधाने त्यांना अनेक वैचारिक आणि शैक्षणिक संस्थांमध्ये जाण्यासाठी प्रेरित केले.

सत्यप्राप्तीच्या शोधासाठी जास्तीत-जास्त वेळ देता यावा, या तीव्र इच्छेने त्यांना, ते करत असलेले अध्यापनाचे कार्य त्याग करण्यास प्रवृत्त केले. जीवनाचे रहस्य समजण्यासाठी त्यांनी बराच काळ मनन करून आपले शोधकार्य सतत सुरू ठेवले. या शोधाच्या शेवटी त्यांना 'आत्मबोध' प्राप्त झाला. आत्मसाक्षात्कारानंतर त्यांना जाणवले, की सत्यापर्यंत पोहोचण्याच्या प्रत्येक मार्गांत एकच सुटलेली कडी (मिसिंग लिंक) आहे आणि ती म्हणजे 'समज' (Understanding).

सरश्री म्हणतात, 'सत्यप्राप्तीच्या सर्व मार्गांचा आरंभ वेगवेगळ्या प्रकारे होतो, परंतु सर्वांचा शेवट मात्र 'समजे'ने होतो. ही 'समज'च सर्व काही असून, ती स्वतःच परिपूर्ण आहे. आध्यात्मिक ज्ञान प्राप्तीकरिता या 'समजे'चे श्रवणसुद्धा पुरेसे आहे' हीच 'समज' प्रदान करण्यासाठी सरश्रींनी 'तेजज्ञानाची' निर्मिती केली. तेजज्ञान ही आत्मविकासातून आत्मसाक्षात्कार प्राप्त करण्याची संपूर्ण ज्ञानप्रणाली आहे.

सरश्रींनी अडीच हजारांहून अधिक प्रवचन दिले आहेत आणि शंभरपेक्षा जास्त पुस्तकांची रचना केली आहे. ही पुस्तके दहापेक्षा अधिक भाषांमध्ये रूपांतरित केली गेली असून, पेंगुइन बुक्स, हे हाऊस पब्लिशर्स, जैको बुक्स, हिंद पॉकेट बुक्स, मंजुल पब्लिशिंग हाऊस, प्रभात प्रकाशन, राजपाल अॅण्ड सन्स इत्यादी प्रमुख प्रकाशन संस्थांद्वारा प्रकाशित केली गेली आहेत. सरश्रींच्या शिकवणीने लाखो लोकांच्या जीवनात परिवर्तन घडलं आहे. तसेच संपूर्ण विश्वाची चेतना वाढविण्यासाठी कित्येक सामाजिक कार्यांची सुरुवातही केली आहे.

तेजज्ञान फाउंडेशन परिचय

तेजज्ञान फाउंडेशन आत्मविकासातून आत्मसाक्षात्कार प्राप्त करण्याचा एक मार्ग आहे. यासाठी सरश्रींद्वारा एक अनोखी बोधप्रणाली (System for Wisdom) निर्माण झाली आहे. या प्रणालीला आंतरराष्ट्रीय प्रमाणपत्राद्वारे ISO 9001:2008 च्या आवश्यकतेनुसार आणि निकष पडताळून सरळ, व्यावहारिक आणि प्रभावी बनवलं गेलं आहे.

या संस्थेच्या प्रबोधनपद्धतीच्या भिन्न पैलूंना (शिक्षण, निरीक्षण आणि गुणवत्ता) स्वतंत्र गुणवत्ता परीक्षकांद्वारे (Quality Auditors) क्रमबद्ध पद्धतीने पडताळलं गेलं. त्यानंतर या पैलूंना ISO 9001:2008 साठी पात्र समजून या बोधपद्धतीला हे प्रमाणपत्र प्रदान करण्यात आलं.

या फाउंडेशनचे लक्ष्य आहे नकारात्मक विचारांकडून सकारात्मक विचारांकडे वाटचाल. सकारात्मक विचारांकडून शुभ विचारांकडे म्हणजे हॅपी थॉट्सकडे प्रगती. शुभ विचारांकडून निर्विचार अवस्थेकडे मार्गक्रमण आणि निर्विचार अवस्थेच्या अंती आत्मसाक्षात्कार प्राप्ती. 'मी सर्व विचारांपासून मुक्त व्हावे' हा विचार म्हणजे शुभ विचार (हॅपी थॉट्स). 'मी प्रत्येक इच्छेपासून मुक्त व्हावे', अशी इच्छा म्हणजे शुभ इच्छा.

तेजज्ञान म्हणजे ज्ञान व अज्ञान या दोहोंच्या पलीकडचे ज्ञान. पुष्कळ लोक सामान्य ज्ञानाच्या (General Knowledge) माहितीलाच ज्ञान मानतात. परंतु अस्सल ज्ञान आणि नुसती माहिती यांत फार मोठे अंतर आहे. आजमितीला लोक सामान्य ज्ञानाच्या उत्तरांनाच जास्त महत्त्व देतात. अशा ज्ञानाचे विषय म्हणजे कर्म आणि भाग्य, योग आणि प्राणायाम, स्वर्ग आणि नरक इत्यादी. आजच्या युगात सामान्यज्ञान प्राप्त करणारे लोक, शिक्षक मोठ्या प्रमाणावर आहेत; परंतु हे ज्ञान ऐकून जीवनात परिवर्तन घडून येत नाही. असे ज्ञान म्हणजे केवळ बुद्धिविलास आहे किंवा अध्यात्माच्या नावावर चाललेला बुद्धीचा व्यायाम आहे.

सर्व समस्यांवरील उपाय आहे तेजज्ञान. क्रोध, चिंता आणि भय यांपासून मुक्त जीवन म्हणजे तेजज्ञान. शारीरिक, मानसिक, सामाजिक, आर्थिक आणि आध्यात्मिक प्रगतीचा, सर्वांगीण प्रगतीचा मार्ग आहे तेजज्ञान. तेजज्ञान आपल्या अंतरंगात आहे. येथे या आणि या गोष्टीचा अनुभव घ्या.

आपल्याला असे ज्ञान हवे आहे, की जे सामान्य ज्ञानापलीकडे आहे, जे प्रत्येक

समस्येवरील उत्तर आहे, जे प्रत्येक समजुतीपासून, गृहीत धारणांपासून आपल्याला मुक्त करते, ईश्वरी साक्षात्कार घडविते, अंतिम सत्यात स्थापित करते. आता वेळ आली आहे शाब्दिक, सामान्यज्ञानातून बाहेर येऊन तेजज्ञानाचा अनुभव घेण्याची!

आजवर जप-तप, तंत्र-मंत्र, कर्म-भाग्य, ध्यान-ज्ञान, योग-भक्ती असे अनेक मार्ग अध्यात्मात सांगितयले आहेत. या सर्व मार्गांनी प्राप्त होणारी अंतिम समज, अंतिम ज्ञान, बोध एकच आहे. अंतिम सत्याच्या शोधकाला, साधकाला शेवटी जी एकच 'समज' प्राप्त होते, ती 'समज' श्रवणानेसुद्धा प्राप्त होऊ शकते. अशा समजप्राप्तीसाठी श्रवण करणे यालाच तेजज्ञान प्राप्त करणे म्हटले गेले आहे. तेजज्ञानाच्या श्रवणाने सत्याचा साक्षात्कार घडतो, ईश्वरीय अनुभव मिळतो. हेच तेजज्ञान सरश्री महाआसमानी शिबिरात प्रदान करतात.

महाआसमानी शिबिर (निवासी)

तुम्हाला सर्वोच्च आनंद हवाय? असा आनंद, जो कोणत्याही बाह्य कारणावर अवलंबून नाही... जो प्रत्येक क्षणी वृद्धिंगत होतो. या जीवनात तुम्हाला प्रेम, विश्वास, शांती, समृद्धी आणि परमसंतुष्टी हवी आहे का? शारीरिक, मानसिक, सामाजिक, आर्थिक आणि आध्यात्मिक अशा आयुष्याच्या सर्व स्तरांवर यशस्वी होण्याची तुमची इच्छा आहे का? 'मी कोण आहे' हे तुम्हाला अनुभवाने जाणावंसं वाटतं का?

तुमच्या अंतर्यामी अशा सर्व प्रश्नांची उत्तरं जाणण्याची इच्छा आणि 'अंतिम सत्य' प्राप्त करण्याची तृष्णा असेल, तर तेजज्ञान फाउंडेशनतर्फे आयोजित 'महाआसमानी शिबिरा'त तुमचं स्वागत आहे. हे शिबिर सरश्रींच्या मार्गदर्शनावर आधारित आहे. सरश्री, आजच्या युगातील आध्यात्मिक गुरू असून, ते आजच्या लोकभाषेत अत्यंत सहजपणे आध्यात्मिक समज प्रदान करतात.

महाआसमानी शिबिराचा उद्देश :

विश्वातील प्रत्येक मनुष्यानं 'मी कोण आहे', या प्रश्नाचं उत्तर जाणून तो सर्वोच्च आनंदाच्या अवस्थेत स्थापित व्हावा, हाच या शिबिराचा मुख्य उद्देश आहे. प्रत्येकाला

असं ज्ञान प्राप्त व्हावं, जेणेकरून त्यानं प्रत्येक क्षणी वर्तमानात जगण्याची कला आत्मसात करावी. तो भूतकाळाचं ओझं आणि भविष्याची चिंता यांतून मुक्त व्हावा. प्रत्येकाच्या आयुष्यात कधीही न संपणारा आनंद आणि योग्य समज यावी. शिवाय, प्रत्येकानं समस्या विलीन करण्याची कला आत्मसात करावी. थोडक्यात, मनुष्यजन्माचा उद्देश सफल व्हावा, हाच या शिबिराचा उद्देश आहे.

'मी कोण आहे? मी येथे का आहे? मोक्ष म्हणजे काय? या जन्मातच मोक्षप्राप्ती शक्य आहे का?' असे प्रश्न जर तुमच्या मनात असतील, तर त्यांवरील उत्तर आहे- 'महाआसमानी शिबिर'.

महाआसमानी शिबिराचे मुख्य लाभ :

वास्तविक या शिबिराचे लाभ तर असंख्य आहेत; पण त्यांपैकी मुख्य लाभ पुढीलप्रमाणे-

* जीवनात शक्तिशाली ध्येय निश्चित होतं
* 'मी कोण आहे' हे अनुभवाने जाणता येतं (सेल्फ रियलायजेशन)
* मनाचे सर्व विकार विलीन होतात.
* भय, चिंता, क्रोध, बोरडम, मोह, तणाव या नकारात्मक बाबींतून मुक्ती
* प्रेम, आनंद, मौन, समृद्धी, संतुष्टी, विश्वास अशा दिव्य गुणांशी युक्ती
* साधं, सरळ पण शक्तिशाली जीवन जगता येतं
* प्रत्येक समस्येचं निराकरण करण्याची कला प्राप्त होते
* 'प्रत्येक क्षणी वर्तमानात जगणं' हा तुमचा स्वभाव बनतो
* आपल्यातील सर्व सकारात्मक शक्यता खुलतात
* याच जीवनात मोक्षप्राप्ती होते

महाआसमानी शिबिरात सहभागी कसं व्हाल?

या शिबिरात सहभागी होण्यासाठी तुम्हाला खालील बाबींची पूर्तता करायची आहे-

१) तुमचं वय कमीत कमी अठरा किंवा त्यापेक्षा अधिक असायला हवं.

२) सर्वप्रथम तुम्हाला 'सत्य-स्थापना' (फाउंडेशन ट्रुथ रिट्रीट) शिबिरात सहभागी व्हावं लागेल. या शिबिरात, तुम्ही प्रामुख्यानं दोन बाबी शिकाल- प्रत्येक क्षणी वर्तमानात जगण्याची कला कशी आत्मसात करावी आणि निर्विचार अवस्था कशी प्राप्त करावी.

३) प्राथमिक स्तरावर तुम्हाला काही प्रवचनं ऐकायची असून, त्यांतून तुम्ही मूलभूत समज आत्मसात कराल आणि महाआसमानी शिबिरात प्रवेश करण्यासाठी तयार व्हाल.

महाआसमानी शिबिर वर्षभरात पाच-सहा वेळा आयोजित केलं जातं. यात हजारो सत्यशोधक सहभागी होतात. महाआसमानी शिबिराची पूर्वतयारी तुम्ही तेजज्ञान फाउंडेशनच्या नजीकच्या सेंटरवरही करू शकता. महाराष्ट्रात अहमदनगर, सातारा, औरंगाबाद, नाशिक, नागपूर, वर्धा, अमरावती, चंद्रपूर, यवतमाळ, कोल्हापूर, सांगली, रत्नागिरी, लातूर, बीड, नांदेड, परभणी, पनवेल, मुंबई, ठाणे, सोलापूर, पंढरपूर, जळगाव, अकोला, बुलढाणा, धुळे, भुसावळ आणि महाराष्ट्राबाहेर सुरत, अहमदाबाद, बडोदा, नवी दिल्ली, बेंगलुरू, बेळगाव, धारवाड, रायपूर, भुवनेश्वर, कोलकाता, रांची, लखनौ, कानपूर, चंदीगढ, जयपूर, चेन्नई, पणजी, म्हापसा, भोपाळ, इंदोर, इटारसी, हर्दा, विदिशा, बुऱ्हाणपूर या ठिकाणी महाआसमानी शिबिराची पूर्वतयारी करू शकता.

तेजज्ञान फाउंडेशनमध्ये उपलब्ध असणाऱ्या सरश्रीलिखित पुस्तकांचं वाचन करून किंवा सरश्रींच्या प्रवचनांच्या सीडीज ऐकूनही तुम्ही या शिबिराची पूर्वतयारी करू शकता. याशिवाय, तुम्ही टीव्ही, रेडिओ किंवा यू ट्युबवरील सरश्रींच्या प्रवचनांचा लाभही घेऊ शकता. पण लक्षात घ्या, पुस्तकांतील ज्ञान, सीडी, टीव्ही, रेडिओ आणि यू ट्युबवरील प्रवचनं म्हणजे 'तेजज्ञानाची तोंडओळख' आहे; 'संपूर्ण तेजज्ञान' मुळीच नाही. तुम्ही महाआसमानी शिबिरात सहभागी होऊनच तेजज्ञानाचा आनंद घेऊ शकता. तेव्हा आगामी महाआसमानी शिबिरात सहभागी होण्यासाठी आजच संपर्क करा- 09921008060/ 75, 9011013208

महाआसमानी शिबिरस्थान :

हे शिबिर पुण्यातील मनन आश्रम येथे आयोजित केलं जातं. येथे तुमच्या निवासाची आणि भोजनाची व्यवस्था केली जाते. तुम्हाला काही शारीरिक व्याधी असतील आणि त्यासाठी जर तुम्ही नियमितपणे औषधं घेत असाल, तर शिबिरात येताना ती सोबत बाळगावीत. शिवाय, वातावरणानुसार गरम कपडे, स्वेटर, ब्लँकेटही आणावं.

पुणे शहरापासून १७ किलोमीटर अंतरावर अत्यंत निसर्गरम्य परिसरात मनन आश्रम वसलेला आहे. आश्रमात महिला आणि पुरुष यांच्या निवासाची स्वतंत्र व्यवस्था असून येथे जवळपास ८०० लोकांच्या राहण्याची व्यवस्था आहे. आपण हवाईमार्ग, हायवे किंवा रेल्वे अशा कोणत्याही मार्गाने पुण्यात येऊ शकता.

मनन आश्रम : मनन आश्रम, पुणे, सर्व्हे नं. ४३, सणस नगर, नांदोशी गाव, किरकटवाडी फाटा, तालुका- हवेली, जिल्हा- पुणे- ४११०२४. फोन- 09921008060

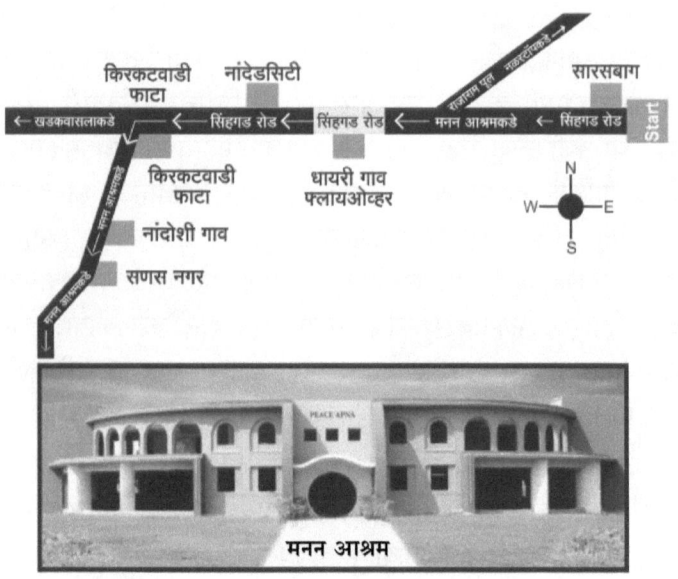

आता एका क्लिकवर शिबिराची नोंदणी!

आता तुम्ही पुढील शिबिरांसाठी **ऑनलाइन** नोंदणी करू शकता.

महाआसमानी शिबिर (५ दिवसीय निवासी शिबिर)

मॅजिक ऑफ अवेकनिंग (केवळ इंग्रजी भाषिकांसाठी ३ दिवसीय महाआसमानी शिबिर)

आध्यात्मिक नींव स्थापना (किशोरवयीन मुलांसाठी मिनी महाआसमानी निवासी शिबिर)

www.tejgyan.org

बेस्टसेलर पुस्तक 'विचार नियम' शृंखलेचे रचनाकार सरश्रींच्या सत्य संदेशाचा लाभ घ्या

संस्कार चॅनलवर

सोमवार ते शनिवार संध्या. ६:३० ते ६:५० आणि रविवारी संध्या. ८:१० ते ८:३० वाजता

• रेडिओ •

विविध भारती F.M. वर मंगळवारी आणि शुक्रवारी सकाळी ९:१५ वा. 'तेजविकास मंत्र'.

नोट : या कार्यक्रमांच्या वेळेत बदल झाल्यास नोंद ठेवावी.

www.youtube.com/tejgyan च्या साहाय्यानेदेखील सरश्रींच्या प्रवचनांचा लाभ घेऊ शकता.

तेजज्ञान फाउंडेशनच्या मुख्य शाखा

- **पुणे :** (रजिस्टर्ड ऑफिस)
  विक्रांत कॉम्प्लेक्स, तपोवन मंदिराजवळ, पिंपरी, पुणे : 411 017.
  फोन : (020) 27412576, 27411240

- **मनन आश्रम :**
  सर्व्हे नं. ४३, सणस नगर, नांदोशी गांव, किरकटवाडी फाटा,
  तालुका : हवेली, जि. पुणे : 411 024. फोन : 09921008060

तेजज्ञान इंटरनेट रेडिओ

- तेजज्ञान इंटरनेट रेडिओद्वारे २४ तास ३६५ दिवस, सरश्रींच्या प्रवचन आणि भजनांचा लाभ घ्या. त्यासाठी पाहा लिंक - http://www.tejgyan.org/internetradio.aspx

e-books

The Source • Complete Meditation • Ultimate Purpose of Success • Enlightenment • Inner Magic • Celebrating Relationships • Essence of Devotion • Master of Siddhartha • Self Encounter and many more e-books available.
Also e-books available in Hindi on gethappythoughts.org

Free apps

U R Meditation & Tejgyan Internet Radio on all platforms like Android, iPhone, iPad and Amazon

e-magazine

'Yogya Aarogya' & 'Drushtilakshya'
emagazines available on www.magzter.com

e-mail

mail@tejgyan.com

Website

www.tejgyan.org, www.gethappythoughts.org

✷ नम्र निवेदन ✷

विश्वशांतीसाठी लाखो लोक दररोज सकाळी आणि रात्री ९:०९ मिनिटांनी प्रार्थना करत आहेत. कृपया, आपणही यामध्ये सहभागी व्हा.

www.ingramcontent.com/pod-product-compliance
Lightning Source LLC
LaVergne TN
LVHW040156080526
838202LV00042B/3181
* 9 7 8 8 1 8 4 1 5 3 8 2 8 *